மொழிப்போர்

ஆர். முத்துக்குமார்

மயிலாடுதுறையில் பிறந்தவர். ஏ.வி.சி. கல்லூரியில் இளங்கலை (இயற்பியல்), முதுகலை (கணிப்பொறிப் பயன்பாட்டியல்) பயின்றவர். தற்போது சென்னையில் வசித்துவருகிறார். கடந்த எட்டு வருடங்களாகப் பத்திரிகை மற்றும் பதிப்புத்துறையில் இயங்கிவருகிறார். இந்திய மற்றும் தமிழக அரசியல் குறித்து விரிவான வாசிப்பையும் ஆய்வையும் மேற்கொண்டு வருபவர். தமிழின் முன்னணி இதழ்களில் அரசியல் கட்டுரைகளும் தொடர்களும் எழுதி வருகிறார். திராவிட இயக்கத்தின் நூறாண்டு கால அரசியல் வரலாற்றை விவரிக்கும் திராவிட இயக்க வரலாறு (இரண்டு பாகங்கள்) தமிழ்நாட்டின் கடந்த ஐம்பது ஆண்டு கால அரசியல் வரலாற்றை விவரிக்கும் தமிழக அரசியல் வரலாறு (இரண்டு பாகங்கள்) என்ற இவருடைய இரண்டு பெரும் நூல்களும் முக்கியமானவை.

ஆர். முத்துக்குமாரின் முக்கிய நூல்கள்

தமிழக அரசியல் வரலாறு (இரண்டு பாகங்கள்)
திராவிட இயக்க வரலாறு (இரண்டு பாகங்கள்)
தமிழக பொதுத்தேர்தல்கள் வரலாறு
பெரியார்
அம்பேத்கர்
வாத்யார்: எம்.ஜி.ஆரின் வாழ்க்கை
இந்திரா காந்தி
சஞ்சய் காந்தி
அத்வானி
மகா அலெக்சாண்டர்

மொழிப்போர்

ஆர். முத்துக்குமார்

கிழக்கு

மொழிப்போர்
Mozhippor!
by R. Muthukumar ©

First Edition: June 2013
152 Pages
Printed in India.

ISBN: 978-81-8493-961-3
Title No. Kizhakku 739

Kizhakku Pathippagam
177/103, First Floor,
Ambal's Building, Lloyds Road,
Royapettah, Chennai 600 014.
Ph: +91-44-4200-9601

Email : support@nhm.in
Website : www.nhm.in

Author's Email: writermuthukumar@gmail.com

Kizhakku Pathippagam is an imprint of New Horizon Media Private Limited

This book is sold subject to the condition that it shall not, by way of trade or otherwise, be lent, resold, hired out, or otherwise circulated without the publisher's prior written consent in any form of binding or cover other than that in which it is published and without a similar condition including this the rights under copyright reserved above, no part of this publication may be reproduced, stored in or introduced into a retrieval system, or transmitted in any form or by any means (electronic, mechanical, photocopying, recording or otherwise), without the prior written permission of both the copyright owner and the above-mentioned publisher of this book.

அன்புடன்

என்னுடைய முன்னேற்றங்களை
எப்போதும் ரசிக்கும் சகோதரி
எஸ். சுஜாதாவுக்கு

களம்

இந்தி, இங்கிலாந்து, இந்திரா	/ 8

முதல் கட்டம்

1. காந்தி எடுத்த ஆயுதம்	/ 15
2. இந்தி நாடு பராக்!	/ 22
3. இந்தி வந்துவிட்டது	/ 27
4. இந்தி எதிர்ப்புப் படை	/ 34
5. நடராசன் - தாலமுத்து	/ 40

இரண்டாம் கட்டம்

1. சர்வாதிகாரி அண்ணாதுரை	/ 48
2. இந்தி விஷயத்தில் வீம்பு வேண்டாம்	/ 53
3. முன்ஷி - அய்யங்கார் திட்டம்	/ 59

மூன்றாம் கட்டம்

1. இந்தி எதிர்ப்பு : சில குறிப்புகள்	/ 65
2. இரட்டைக்குழல் துப்பாக்கி	/ 68
3. ஆட்சிமொழி ஆணையம்	/ 76
4. நேருவுக்கு சம்பத்தின் கடிதம்	/ 84

நான்காம் கட்டம்

    1. சின்னச்சாமியின் தியாகம்   / 90

    2. உயிரைக் கொடுத்த தியாகிகள்   / 99

    3. பக்தவத்சலம் பரப்பிய நெருப்பு   / 105

    4. நீருபூத்த நெருப்பு   / 113

    5. மும்மொழியும் இருமொழியும்   / 121

ஐந்தாம் கட்டம்

    மொரார்ஜி திணித்த இந்தி   / 127

ஆறாம் கட்டம்

    இந்தி வாரம் கொண்டாடு   / 132

ஏழாம் கட்டம்

    வானொலி வழியே இந்தி   / 139

அவதாறுகள் / சர்ச்சைகள்

    1. டி.என்.சேஷன் கிளப்பிய அவதாறு   / 142

    2. கேலிச்சித்திரம் எழுப்பிய சர்ச்சை   / 146

    ஆய்வுக்கு உதவிய நூல்கள்   / 149

இந்தி, இங்கிலாந்து, இந்திரா

தமிழக மக்கள் மூன்று முக்கிய விடுதலைப் போராட்டங்களை முன்னெடுத்துச் சென்றுள்ளனர். மூன்றுமே ஆதிக்கத்துக்கு எதிராக நடந்தவை. இங்கிலாந்திடம் இருந்து விடுதலை வேண்டி நடந்தது சுதந்தரப் போராட்டம். இந்தியிடம் இருந்து விடுதலை வேண்டி நடந்தது மொழிப் போராட்டம். இந்திரா விடம் இருந்து விடுதலை வேண்டி நடந்தது நெருக்கடி நிலைப் போராட்டம்.

மூன்றுமே தியாகங்களால் நிரம்பிய போராட்டங்கள் என்ற போதும் மற்ற இரண்டு போராட்டங்களில் இருந்து மொழிப் போராட்டம் மட்டும் ஒரு முக்கிய விஷயத்தில் வேறுபட்டு நிற்கிறது. சுதந்தரப் போராட்டம் 1947 ஆம் ஆண்டோடு முடிந்து விட்டது. நெருக்கடி நிலைக்கு எதிரான போராட்டத்துக்கு 1977ல் முற்றுப்புள்ளி வைக்கப்பட்டுவிட்டது. ஆனால், மொழிப் போராட்டம் மட்டும் இன்னமும் முற்றுப்பெறவில்லை. 1938 ஆம் ஆண்டு தொடங்கிய மொழிப்போராட்டம் ஏறக்குறைய எழுபத்தைந்து ஆண்டுகளில் பல கட்டங்களாகத் தொடர்ந்து நீடித்துக் கொண்டே இருக்கிறது.

மொழிப்போர் என்பது இந்தி மொழியைப் பேசுகின்ற வட இந்தியர்களுக்கு எதிராகத் தமிழர்கள் தொடுத்த ஆயுதப்போர் அல்ல; இந்திய அரசுக்கு எதிராக தமிழக மக்கள் தொடுத்த யுத்தம் அல்ல. தமிழர்கள் மீது இந்தி மொழியைத் திணிக்கவேண்டும் என்ற நோக்கத்துடன் மத்திய அரசு வெவ்வேறு காலகட்டங் களில் எடுத்த கடுமையான நடவடிக்கைகளுக்கான எதிர்வினை களின் தொகுப்பே மொழிப்போர்!

தமிழர்கள் நடத்திய இந்த மொழிப்போர், இன்னொருவருடைய நிலத்தையோ, பொருளையோ அபகரித்துக் கொள்வதற்காக நடத்தப்பட்டது அல்ல; தம்முடைய தாய்மொழியான தமிழ் மொழியைக் காப்பாற்றும் நோக்கத்துடன் நடத்தப்பட்டது. இந்தியின் ஆதிக்கத்தில் சிக்கித் தமிழ் சிதைந்துவிடாமல் தடுக்கவேண்டும் என்ற நோக்கத்துடன் நடத்தப்பட்ட உரிமைப் போர்!

இந்தியாவில் சுமார் மூவாயிரத்து முந்நூறு மொழிகள் புழக்கத்தில் இருப்பதாகச் சொல்லப்படுகிறது. இவற்றில் பத்தாயிரம் அல்லது அதற்கு மேற்பட்டோர் பேசக்கூடிய மொழிகள் என்று பார்த்தால் அவை முந்நூறுக்கும் குறைவானவை. என்றாலும், இந்திய அரசியலமைப்புச் சட்டத்தின் எட்டாவது அட்டவணையில் இடம்பெற்றுள்ள மொழிகளின் எண்ணிக்கை வெறும் பதினைந்து மட்டுமே. இந்த பதினைந்து மொழிகளைத்தான் சுமார் தொண்ணூறு சதவிகிதம் பேர் பேசுகின்றனர். எஞ்சிய மொழிகளைப் பேசுபவர்களின் எண்ணிக்கை வெகு சொற்பம்.

இத்தனை மொழிகள் இருக்கும்போது இந்தியை மட்டுமே முன்னிலைப்படுத்துகின்ற போக்கு என்பது சுதந்தர காலத்துக்கு முன்பிருந்தே உருவாகிவிட்டது. இந்தியாவின் வேறெந்த மொழியைக் காட்டிலும் இந்தியே உயர்ந்தது. ஏனைய மொழிகள் அனைத்துமே இந்திக்குக் கீழானவையே என்ற ஆதிக்கச் சிந்தனையுடன் இந்தி பேசாத மக்களிடம் இந்தியைத் திணிக்கும் போக்கு சுதந்தரப் போராட்ட காலத்தின்போது தொடங்கி அதன்பிறகும் நீடித்துக்கொண்டிருக்கிறது. அதனை அப்போது முதலே தமிழர்கள் தொடர்ச்சியாக எதிர்த்துவந்திருக்கிறார்கள்.

பிரிட்டிஷ் இந்தியா என்பது ஒருமொழி பேசும் தேசம் அல்ல. இந்தி, தமிழ் உள்ளிட்ட பல மொழிகள் பேசப்படும் தேசம். அந்தத் தேசத்தை பிரிட்டிஷாரிடம் இருந்து பிரித்தெடுக்க வேண்டும் என்றால் போராட்டத்தில் ஈடுபட வேண்டும். அதற்கு மக்களை ஒன்றிணைக்கவேண்டும். அந்த ஒருங்கிணைப்புப் பணிக்காக காங்கிரஸ் பயன்படுத்திய கருவிதான் இந்தி.

இந்தியை இந்தியர்கள் அனைவரும் படிக்கவேண்டும் என்ற நோக்கத்துடன் இந்தி பிரசார சபாக்கள் உருவாகின. இந்தியைப் பரப்பும் நோக்கத்துடன் தீவிரமான பிரசாரங்கள் முடுக்கி

விடப்பட்டன. அந்தப் பிரசாரத்தைச் செய்தவர்களுள் முதன்மை யானவர் காந்தி. ஒருகட்டத்தில் இந்தி பேசாத மக்கள் அனை வரும் இந்தியைக் கற்று தேசிய நீரோட்டத்தில் இணைய வேண்டும் என்று கேட்டுக்கொண்டார் காந்தி. ஆனால் அப்போ தெல்லாம் எதிர்ப்புகள் அங்கொன்றும் இங்கொன்றுமாக இருந்தன. வலுவான போராட்டமாக உருவாகவில்லை.

பிரசாரம் என்பது எந்த நொடியில் திணிப்பாக மாறியதோ அப்போதே எதிர்ப்புகள் தொடங்கிவிட்டன. இந்தியைப் படித்தே தீரவேண்டும் என்று வற்புறுத்தப்பட்டபோது போராட் டங்கள் வலுக்கத் தொடங்கின. குறிப்பாக, ராஜாஜி இந்தியைத் திணிக்க எத்தனித்தபோது முதலாம் மொழிப்போராட்டம் தொடங்கியது.

கருத்து ரீதியாக, கொள்கை ரீதியாக, செயல்பாடு ரீதியாக என்று பல முனைகளில் வேறுபட்டு நின்ற தலைவர்கள் பலரை ஒரணியில் திரட்டியது மொழிப் போராட்டம். சோமசுந்தர பாரதியார், மறைமலை அடிகள், பெரியார் ஈ.வெ.ரா, தா.வே. உமாமகேசுவரன், டபிள்யூ.பி.ஏ. சௌந்தர பாண்டியன், சி.என். அண்ணாதுரை, கி.ஆ.பெ. விசுவநாதம் என்று பல தளங்களில் இயங்கிக்கொண்டிருந்த தலைவர்கள் இந்தித் திணிப்புக்கு எதிராகப் போராடத் தொடங்கினர். மூவலூர் ராமாமிர்தம் அம்மையார், மலர்முகத்தம்மையார், மீனாம்பாள் சிவராஜ் உள்ளிட்ட பல பெண்களும் மொழிப்போரில் கலந்து கொண்டனர்.

இந்தித் திணிப்பால் ஏற்படப்போகும் இழப்புகள், தமிழுக்கு நேரவிருக்கும் ஆபத்துகள், தமிழர்கள் சந்திக்க இருக்கும் பிரச்னைகள் குறித்துப் பேசினர். நடைப்பயணம் சென்றனர். சாலையில் இறங்கிப் போராடினர். அவர்களைக் கையாள ராஜாஜி அரசாங்கம் அடக்குமுறையை ஏவியபோது போராட்டம் அடுத்தக் கட்டத்தை அடைந்தது. களப்போராளிகள் கைது செய்யப் பட்டனர். சிறைக்குள் தாக்கப்பட்டனர். உயிர்ப்பலியும் நடந்தேறியது. மொழிப்போரில் முதலில் தனது உயிரைப் பலி கொடுத்தவர் நடராஜன். தாழ்த்தப்பட்ட வகுப்பைச் சேர்ந் தவர். அவரைத் தொடர்ந்து தாலமுத்து என்பவர் மரணம் அடைந்தார். போராட்டம் வலுத்ததைத் தொடர்ந்து இந்தித் திணிப்பு கைவிடப்பட்டது. முதல் மொழிப்போர் முடிவுக்கு வந்தது.

ஆனால் வெவ்வேறு காலகட்டங்களில் மத்திய, மாநில அரசுகள் வெவ்வேறு விதங்களில் இந்தித் திணிப்பை அமல்படுத்திக் கொண்டே இருந்தன. நேரு, சாஸ்திரி காலம் தொடங்கி மொரார்ஜி, இந்திரா, ராஜீவ் காலத்திலும் இந்தித் திணிப்பு முயற்சிகள் தொடர்ந்தன. எப்போதெல்லாம் திணிப்பு நடவடிக்கைகள் தொடங்குகின்றனவோ அப்போதெல்லாம் தமிழகம் எதிர்ப்பு தெரிவிக்கத் தவறியதில்லை. அடக்குமுறைகளுக்கு அடங்கியதில்லை.

முக்கியமாக, அறுபதுகளின் மத்தியில் நடந்த நான்காவது கட்ட மொழிப்போரைச் சொல்லவேண்டும். எத்தனைத் தீக்குளிப்புகள்! எத்தனைத் தற்கொலைகள்! எத்தனை உயிர்ப்பலிகள்! சின்னச்சாமி தொடங்கி ஏராளமான இளைஞர்கள் தீக்குளித்தும் நஞ்சு சாப்பிட்டும் மரணம் அடைந்தனர். காவல்துறையின் தாக்குதல் காரணமாக மரணம் அடைந்தவர்கள் அநேகம். போராட்டத்தை முன்னெடுத்து, வழிநடத்திய பல தலைவர்களும் கைது செய்யப்பட்டு, சிறையில் அடைக்கப்பட்டனர். மாணவர்களின் ஏகோபித்த எதிர்ப்புகளைச் சம்பாதித்த காங்கிரஸ் அரசு அதன்பிறகு நடந்த தேர்தலில் ஆட்சியை இழந்தது. அன்று தொடங்கி இன்றுவரை தமிழகத்தில் காங்கிரஸ் கட்சியால் ஆட்சி அதிகாரத்தின் நிழலைக்கூடத் தொடமுடியவில்லை.

விநோதம் என்னவென்றால் முதல் மொழிப்போருக்குக் காரண கர்த்தாவாக இருந்த ராஜாஜிதான் நான்காவது மொழிப்போரின் போது போராட்டக்காரர்களுக்கு உறுதுணையாக இருந்தவர். அதைப்போலவே, முதல் போராட்டத்தை வழிநடத்தியவர்களுள் ஒருவரான பெரியார், நான்காவது கட்ட மொழிப் போராட்டத்தை ஆதரிக்கவில்லை. எல். கணேசன், வை. கோபால்சாமி, எஸ்.டி. சோமசுந்தரம், கா. காளிமுத்து, ம. நடராசன், சேடப்பட்டி முத்தையா, ஆலடி அருணா என்று பின்னாளில் அரசியலில் மின்னிய பலரும் கல்லூரி மாணவர்களாக இருந்த காலத்தில் நான்காம் மொழிப்போரில் ஈடுபட்டவர்கள்தாம்.

எண்பதுகளில் மத்திய அரசு இந்தித் திணிப்பைக் கொண்டுவர முயற்சி செய்தபோது திமுக நடத்திய போராட்டங்கள் அநேகம். அதைக் காட்டிலும் அதற்குக் கொடுத்தவிலை அதிகம். இந்திய அரசியலமைப்புச் சட்டத்தின் பதினேழாவது பிரிவின் நகலைக்

கொளுத்தியதற்காக க. அன்பழகன் உள்ளிட்ட திமுக சட்டமன்ற உறுப்பினர்கள் பத்து பேர் பதவி நீக்கம் செய்யப்பட்டனர். அப்போது ஆளுங்கட்சியாக இருந்தது அதிமுக. இதுவும் ஒரு விநோதம்தான். எந்தத் திராவிட இயக்கத்தால் மொழிப் போராட்டம் முன்னெடுக்கப்பட்டதோ அதே திராவிட இயக்கத்தில் இருந்து உருவான அதிமுக தலைமையிலான அரசு, இன்னொரு திராவிட இயக்கக் கட்சியான திமுகவைச் சேர்ந்தவர்கள் மீது நடவடிக்கை எடுத்தது.

இன்னமும்கூட இந்தித் திணிப்புப் போராட்டம் தொடர்கிறது. போராட்ட நெருப்பை அணையவிடாமல் பார்த்துக்கொள்ளும் காரியத்தைக் கவனமாகச் செய்துவருகிறது மத்திய அரசு.

கடந்த சில ஆண்டுகளாக இந்தித் திணிப்புப் பணியில் மௌனம் காட்டிவந்த மத்திய அரசு சமீபத்தில் சுற்றறிக்கை ஒன்றை அனுப்பியது. இந்திய ஆயுள் காப்பீட்டு நிறுவன ஊழியர்கள் வாரத்தில் ஒருநாள் இந்தியில் கையெழுத்திட வேண்டும் என்பதுதான் அதன் சாரம். இந்தி பேசாத மாநிலங்களைக் குறிவைத்து அனுப்பப்பட்ட இந்தச் சுற்றறிக்கை தமிழக அரசியல் கட்சிகள் மத்தியில் அதிர்வுகளை ஏற்படுத்தியது. கண்டனக்கணைகள் பறந்ததைத் தொடர்ந்து அந்தச் சுற்றறிக்கை ரத்து செய்யப்பட்டுள்ளது.

இந்தித் திணிப்பில் மத்திய அரசு மௌனமாக இருந்தது என்று சொல்வதைக் காட்டிலும் மௌனமாகக் காய் நகர்த்தி வருகிறது என்பதுதான் சரியானதாக இருக்கும். அதற்குப் பொருத்தமான உதாரணம், அண்மையில் வெளியான கேலிப்பட சர்ச்சை!

என்.சி.இ.ஆர்.டி என்கிற மத்திய அரசின் புத்தக நிறுவனம் வெளியிட்ட பன்னிரண்டாம் வகுப்புப் பாடப்புத்தகத்தில் தமிழகத்தில் நடந்த இந்தித்திணிப்புக்கு எதிரான போராட்டம் பற்றிய பாடம் இடம்பெற்றிருந்தது. தமிழ் மாணவர்களை வன்முறையாளர்களாகவும் ஆங்கிலம் அறியாதவர்களாகவும் சித்திரித்து பல ஆண்டுகளுக்கு முன்பு வரையப்பட்ட அந்தக் கேலிச்சித்திரத்தைத் தற்போது பாடப் புத்தகங்களில் இடம் பெறச்செய்தது ஏன்? வரலாறு குறித்து வருங்காலத் தலைமுறை யினருக்குத் தவறான புரிதலை ஏற்படுத்த முயல்வது ஏன்? என்ற கேள்விகளை தமிழ் ஆர்வலர்கள் எழுப்பினர். தமிழ்நாட்டு மக்கள் நடத்திய உணர்வுரீதியான போராட்டத்தைக் கொச்சைப்

படுத்தவேண்டும் என்பதுதான் அவர்களுடைய நோக்கம் என்றனர் தமிழ் ஆர்வலர்கள்.

ஆக, இந்தித் திணிப்பு குறித்தும் தமிழ்நாட்டு மக்களின் உணர்வுகளைக் கொச்சைப்படுத்தும் வகையிலும் மத்திய அரசு தொடர்ந்து ஈடுபட்டுவருகிறது. இந்தப் போக்கு இன்று உருவானது அல்ல. திராவிட இயக்க நூற்றாண்டு கொண்டாடப்பட்டுள்ள இன்றைய சூழலில், மொழிப்போராட்டக் களங்களைத் திரும்பிப் பார்ப்பதும் வரலாற்றை மறுவாசிப்பு செய்வதும் அவசியமாகிறது.

அன்புடன்
ஆர். முத்துக்குமார்
29, மார்ச் 2013

முதல் கட்டம்

காந்தி எடுத்த ஆயுதம்

1

விடுதலைப் போராட்டம் வலுத்துக்கொண்டிருந்த சமயம் அது. என்ன செய்தால் இந்தியர்களை ஒற்றைப் புள்ளியில் ஒருங்கிணைக்க முடியும் என்று காங்கிரஸ் கட்சித் தலைவர்கள் யோசித்துக்கொண்டிருந்தனர். காரணம், பல மொழிகள் பேசுகின்ற, பல கலாசாரத்தைப் பேணுகின்ற, பல இனங்களைச் சேர்ந்த மக்களை இந்தியா என்ற ஒற்றைப்பெயரில் ஒருங்கிணைத்து ஆட்சி செய்துகொண்டிருந்தனர் ஆங்கிலேயர்கள்.

இனம், மொழி மற்றும் கலாசாரப் பிரிவுகளைப் போல வேறுபல பிரிவுகளும் இந்தியர்களிடம் மண்டிக் கிடந்தன. பல மதங்கள். பல சாதிகள். பல பழக்கவழக்கங்கள். ஆளுக்கொரு தெய்வ வழிபாடு. ஆளுக்கொரு அரசியல் நிலைப்பாடு. ஆளுக்கொரு கலாசாரம். ஆளுக்கொரு பண்பாடு. இந்தியாவில் காங்கிரஸ் கட்சியைப் பின்பற்றியவர்கள் மட்டும் இருக்கவில்லை. இந்துத்துவத் தத்துவத்தைப் பின்பற்றுபவர்கள் இருந்தார்கள். இஸ்லாத்தை ஏற்றுக்கொண்டவர்கள் இருந்தார்கள். கம்யூனிஸ சிந்தாந்தத்தை ஏற்றுக்கொண்டவர்கள் இருந்தார்கள். கடவுள் மறுப்பாளர்கள் இருந்தனர். பகுத்தறிவுச் சிந்தனையாளர்கள் பரவியிருந்தனர். பழைமைவாதிகள் இருந்தனர். புரட்சி யாளர்கள் பலரும் இருந்தனர். உணவில் தொடங்கி உணர்வு வரை பல வேறுபாடுகள் இருந்தன.

ஆக, ஆங்கிலேயரிடம் இருந்து இந்தியாவைப் பிரித்தெடுக்க வேண்டும் என்றால் முதலில் இந்தியர்களை ஒருங்கிணைக்க வேண்டும். அதற்கு பல வேற்றுமைகளுக்கு மத்தியில் ஏதேனும்

ஒரு ஒற்றுமையைக் கண்டுபிடிக்கவேண்டும் அல்லது கொண்டு வரவேண்டும். அதைக்கொண்டு இந்தியர்கள் அனைவரையும் ஒற்றைக்குடையின்கீழ் கொண்டுவர வேண்டும். இதுதான் காந்தி உள்ளிட்ட காங்கிரஸ் தலைவர்களின் கனவு. பிரிட்டிஷாரிடம் இருந்து சுதந்தரத்தை வலியுறுத்திக் கொண்டிருந்த அவர்களுக்கு அது அத்தியாவசிய தேவையும்கூட.

கனவை நனவாக்க காந்தியின் நினைவுக்கு வந்த ஆயுதம், மொழி! காந்தியும் காங்கிரஸும் ஆங்கிலேயர்களை வெறுத்த போதும் ஆங்கிலத்தை வெறுக்கவில்லை. காங்கிரஸ் நடத்தும் நிர்வாகக் கூட்டங்களில், பொதுக்கூட்டங்களில், மாநாடுகளில் எல்லாம் ஆங்கில மொழியே பிரதானமாக இருந்தது. ஆங்கிலத்திலேயே பேசினர். ஆங்கிலத்திலேயே தீர்மானங்கள் நிறைவேற்றினர். கட்சியின் கருத்துகள் ஆங்கிலேயர்களைச் சென்றடைவதற்கு அதுதான் வசதியாக இருக்கும் என்று அவர்கள் நினைத்தனர். ஆங்கிலத்தில் பேசுவதைப் பெருமிதமாகவும் நினைத்தனர்.

ஒரு கட்டத்தில் காங்கிரஸ் தலைவர்களுக்குள் மனமாற்றம் ஏற்பட்டது. இந்தியாவுக்குச் சுதந்தரம் தரமறுக்கும் ஆங்கி லேயர்கள் மீது மெல்ல மெல்ல வெறுப்பு வளரத் தொடங்கியது. அந்த வெறுப்பு ஆங்கிலத்தின்மீதும் பரவத் தொடங்கியது. அந்நிய மொழியான ஆங்கிலத்துக்குப் பதிலாக அவரவர் பேசு கின்ற இந்திய மொழிகளில் காங்கிரஸ் கூட்டங்களை நடத்த வேண்டும் என்று குரலெழுப்பத் தொடங்கினர். அதற்கு வரவேற் பும் கிடைத்தது. அப்போதுதான் காந்திக்குப் புதிய யோசனை ஒன்று பிறந்தது.

ஆங்கிலேயர்களின் மொழியான ஆங்கிலத்துக்குப் பதிலாக ஆளுக்கொரு மொழியைப் பேசுவதைக் காட்டிலும் எல்லோ ருக்கும் பொதுவாக ஒரேயொரு இந்திய மொழியைக் கொண்டு ஒட்டுமொத்த இந்தியர்களையும் ஓரணியில் திரட்டிவிடலாம் என்று நினைத்தார் காந்தி. இந்தி என்ற ஆயுதத்தைக் கையில் எடுத்துக்கொண்டார். இந்தியாவில் உள்ள அனைவரும் இந்தி மொழியைக் கற்றுக்கொண்டு தேசிய நீரோட்டத்தில் இணைய வேண்டும் என்று அழைப்பு விடுத்தார் காந்தி. அந்தக் கருத்தை மெல்ல மெல்ல மக்களிடம் கொண்டுசெல்லத் தொடங்கினார். மேடைகளில் இந்தி பற்றிப் பேசினார். பத்திரிகைகளில் இந்தியின் அவசியம் பற்றி எழுதினார்.

1893 ஆம் ஆண்டு காசி நகரில் நகரி பிரச்சாரனி சபா என்ற அமைப்பும் 1910 ஆம் ஆண்டு அலகாபாத் நகரில் இந்தி சாகித்ய சம்மேளன் என்ற அமைப்பும் முன்னதாக உருவாக்கப்பட்டு செயல்பட்டுவந்தன. இந்தியா முழுக்க இந்தியைப் பரப்ப வேண்டும் என்ற நோக்கத்துடன் செயல்படத் தொடங்கியிருந்த காந்தி, மேற்கண்ட இரண்டு அமைப்புகளையும் இந்தி பிரசாரத்துக்காக நன்றாகப் பயன்படுத்திக்கொண்டார். இந்தி மட்டுமே இந்தியாவின் தேசிய மொழியாக இருக்கவேண்டும்; இந்தியாவின் சுயமரியாதை என்பது இந்தியர்கள் அனைவரும் ஒரே இந்திய மொழியைப் பேசுவதில்தான் இருக்கிறது என்ற காந்தியின் வாதங்களுக்கு வட இந்திய மாநிலங்களில் நல்ல வரவேற்பு கிடைத்தது.

நாடு தழுவிய அளவில் சுற்றுப்பயணம் மேற்கொண்டார் காந்தி. இந்தி பேசாத மக்கள் அனைவரும் ஆங்கிலத்துக்குப் பதிலாக இந்தியைக் கற்றுக்கொள்ளவேண்டும் என்று பிரசாரம் செய்தார். 1915 ஆம் ஆண்டு காந்தி தமிழ்நாட்டுக்கு வந்தார். அப்போது மாயவரத்தில் நடந்த வரவேற்புக் கூட்டத்தில் அவருக்கு ஆங்கிலத்தில் வரவேற்பிதழ் வழங்கப்பட்டது. அதில் காந்திக்குக் கொஞ்சம் அதிருப்தி. அதனை மேடையிலேயே பதிவுசெய்தார்.

உண்மையில் காந்தியின் இந்தி ஆதரவுப் பிரசாரத்துக்கு வட இந்தியாவில் இருந்த வரவேற்பு தென்னிந்தியாவில் இல்லை. என்றாலும், இந்திக்கு ஆதரவான மனநிலையை தென்னிந்தியர்களிடம் உருவாக்கவேண்டும் என்ற நோக்கத்துடன் தட்சண பாரத இந்திப் பிரசார சபா உருவாக்கப்பட்டது. பேராவலுடனும் துணிவுடனும் இந்தியைப் பரப்புவதற்காக இந்த அமைப்பைத் தொடங்குகிறோம் என்று 1918 ஆம் ஆண்டு தமிழ்நாட்டில் நடந்த தொடக்கவிழாவில் பேசினார் காந்தி. அப்படிப் பேசியதன் பொருள், இந்திக்குத் தென்னிந்தியாவில் ஆதரவு இருக்கிறதோ இல்லையோ, எதிர்ப்பு கண்டிப்பாக இருக்கும் என்ற புரிதல் காந்திக்கு இருந்தது என்பதுதான்.

'துணிவுடன்' என்ற வார்த்தையை மேடையில் பயன்படுத்தியதோடு நிறுத்திக்கொள்ளவில்லை. அந்தத் துணிச்சலைத் தன்னுடைய எழுத்திலும் பிரதிபலித்தார் காந்தி. பிரிட்டிஷ் இந்தியாவில் எண்ணிக்கையில் பெரும்பான்மையினராக இருக்கும் வட இந்தியர்கள் தமிழ், தெலுங்கு, கன்னடம், மலையாளம் ஆகிய மொழிகளைக் கற்றுக்கொள்ளவேண்டும் என்று இந்தியாவில்

சிறுபான்மையினராக இருக்கும் திராவிடர்கள் எதிர்பார்க்கக் கூடாது. பெரும்பான்மையினர் பேசுகின்ற பொதுவான மொழியைத்தான் திராவிடர்கள் ஏற்றுக்கொள்ளவேண்டும் என்று 1920 ஆம் ஆண்டு தனது யங் இந்தியா பத்திரிகையில் எழுதினார் காந்தி.

இந்து - முஸ்லிம் விவகாரத்தில் சிறுபான்மையினரான முஸ்லிம் களுக்கு ஆதரவாகப் பேசிய காந்தி, மொழி விவகாரத்தில் சிறுபான்மையினரான திராவிடர்களுக்கு எதிராகவே பேசினார். காந்தியின் முரண்களுள் இது முக்கியமானது.

இந்தியைப் பரப்புவதற்காக நாடு தழுவிய அளவில் நிதி வசூலும் நடந்தது. குறிப்பாக, வட இந்தியர் ஒருவரிடம் இருந்து ஐம்பதாயிரம் ரூபாய் நிதி பெறப்பட்டது. 1920 ஜூன் மாதம் திருநெல்வேலியில் நடைபெற்ற காங்கிரஸ் மாகாண மாநாட்டில் அந்த நிதிவசூலுக்கு ஒப்புதல் பெறப்பட்டது. அதைத் தொடர்ந்து தமிழ்நாடு உள்ளிட்ட தென்னிந்தியாவின் பல பகுதிகளிலும் நிதிவசூல் நடைபெறத் தொடங்கியது.

இந்தியைப் பரப்பும் பணியில் காந்தி மட்டும் ஈடுபடவில்லை. அவருக்கு உதவியாக பி.டி. தாண்டன், கோவிந்த் தாஸ், மதன் மோகன் மாளவியா உள்ளிட்ட பலரும் ஈடுபட்டிருந்தனர். அவர்களில் சென்னை மாகாணத்தைச் சேர்ந்த சத்தியமூர்த்தி அய்யர் முக்கியமானவர். 1924 ஆம் ஆண்டு சென்னையில் நடைபெற்ற கல்வி மாநாட்டில் கலந்துகொண்ட சத்தியமூர்த்தி அய்யர், இந்தியாவின் தேசிய மொழியாக இந்தியை மாற்றவேண்டும் என்ற காந்தியின் லட்சியத்தைப் பிரதிபலிக்கும் வகையில் பேசினார்.

'வயதானவர்கள் இந்தியை எளிதாகக் கற்றுக்கொள்வார்கள் என்று நான் நம்பவில்லை. ஆனால், அனைத்து ஆரம்பப் பள்ளி களிலும் இந்தி இரண்டாவது மொழியாகவும் கட்டாயப் பாட மாகவும் சொல்லித்தரப்படும் பட்சத்தில் அடுத்த பத்தாண்டு களில் இந்தியாவின் தேசிய மொழியாக இந்தியைக் கொண்டு வந்துவிட முடியும் என்பதில் எந்தச் சந்தேகமும் இல்லை!'

இந்தியைக் கற்றுக்கொள்ளுங்கள் என்பது காந்தியின் பிரசாரம். இல்லையில்லை, இந்தியைக் கற்றுக் கொள்வது கட்டாயம் என்பது சத்தியமூர்த்தி அய்யரின் வாதம். இதுதான் இந்தி

தொடர்பாக தென்னகத்தில் உருவான நெருடல்களுக்குத் தொடக்கப்புள்ளி. அடுத்தடுத்த புள்ளிகள் இதர காங்கிரஸ் தலைவர்களால் வைக்கப்பட்டன.

இந்தியைப் பரப்புவது, இந்தி பிரசார சபா தொடங்குவது என்பன போன்ற காரியங்களில் ஈடுபட்டபோதும் காந்திக்கு உள்மனத்தில் இந்தியைக் காட்டிலும் இந்துஸ்தானி மொழியின்மீதுதான் அதிக விருப்பம் இருந்தது. ஒட்டுமொத்த இந்தியர்களுக்குமான பொதுமொழியாக இந்துஸ்தானி இருக்கவேண்டும் என்று அவர் விரும்பினார். அதற்கு முக்கியமான காரணம் இந்து - முஸ்லிம் விவகாரம்.

ஆங்கிலத்துக்கு மாற்றாக இந்திய மொழி ஒன்று இந்தியர்களிடம் முன்வைக்கப்படவேண்டும். அதேசமயம், அந்த மொழியின் காரணமாக இந்து - முஸ்லிம் மக்களுக்கு இடையே இருக்கின்ற விரிசல்கள் விரிவடைந்துவிடக்கூடாது என்பது காந்தியின் எண்ணம். அதன் காரணமாகவே, இந்துக்கள் பேசுகின்ற இந்தியையும் முஸ்லிம்கள் பேசுகின்ற உருதுவையும் கொண்டு உருவாக்கப்பட்ட கலப்பின மொழியான இந்துஸ்தானியை இந்தியாவின் பொதுமொழியாக முன்வைக்க விரும்பினார்.

காங்கிரஸ் கட்சியின் தேசிய அளவிலான மாநாடு ஒவ்வொரு ஆண்டிலும் கூடுவது வழக்கம். 1925 ஆம் ஆண்டுக்கான காங்கிரஸ் கட்சி மாநாடு கான்பூர் நகரில் கூடியது. உண்மையில் அந்த மாநாடு இந்தியாவின் பொதுமொழியைத் தீர்மானிக்கும் விஷயத்துக்கான திருப்புமுனையாக அமைந்தது. அதுநாள்வரை இந்திக்கு ஆதரவான பிரசாரத்தில் தீவிரமாக ஈடுபட்டிருந்த காந்தி, அந்த மாநாட்டில்தான் இந்துஸ்தானி பற்றிய தனது எதிர்காலத் திட்டங்களையும் கனவுகளையும் வெளிப்படையாகப் பதிவுசெய்தார்.

'காங்கிரஸ் மாநாடுகளில் ஆங்கிலத்திலேயே விவாதம் செய்து கொண்டிருந்தால் நமது கட்சி இந்தியர்களின் கட்சியாக அங்கீகாரம் பெறவே முடியாது. தவிரவும், ஆங்கிலம் தெரிந்தவர்கள் மட்டுமே மாநாட்டில் தமது கருத்துகளைத் தெரிவிக்க இயலும் என்ற நிலை இன்றுவரை நீடிக்கிறது. சீரிய கருத்துகளைக் கொண்ட தலைவர்கள் பலரும் மாநாடுகளில் கலந்துகொள் வதற்கும் தமது கருத்துகளைத் தெரிவிப்பதற்கும் தடையாக இருப்பது ஆங்கிலம். ஆக, காங்கிரஸ் கட்சி இந்தியர்களின்

கட்சியாகச் செயல்படவேண்டும் என்றால், காங்கிரஸின் கொள்கைகளும் நோக்கங்களும் கடைக்கோடி இந்தியனுக்கும் சென்று சேர வேண்டும் என்றால், காங்கிரஸ் கூட்டங்களில் பேசப்படும் மொழி ஒரு இந்திய மொழியாக இருக்க வேண்டும். ஆக, ஆங்கிலத்தின் பயன்பாட்டைத் தவிர்த்து, எல்லோரும் இந்துஸ்தானியைப் பயன்படுத்த வேண்டும்!'

காந்தியின் விருப்பத்தை செயல்வடிவத்துக்குக் கொண்டுவரும் வகையில் காங்கிரஸ் தலைவர்கள் சில காரியங்களில் இறங்கினர். முக்கியமாக, காங்கிரஸ் கட்சி தன்னுடைய அலுவல் மொழி பற்றிய விதியைத் திருத்தம் செய்வதற்குத் தயாரானது. காங்கிரஸ் கட்சியின் கருத்துகளும் பரிமாற்றங்களும் கூட்டங்களும் ஆங்கில மொழியில் நடத்தப்பட வேண்டும் என்பதுதான் கட்சி விதிகளின் 33வது பிரிவு சொல்லும் செய்தி. அந்தப் பிரிவு, 'இனிமேல் காங்கிரஸ் கட்சியின் செயற்குழு, மாநாடு உள்ளிட்ட கூட்டங்கள் இந்துஸ்தானி மொழியில் நடத்தப்படும். இந்துஸ்தானி தெரியாதவர்கள் கூட்டத்தின் தலைவர் அனுமதி கொடுத்தால் பிராந்திய மொழியிலோ அல்லது ஆங்கிலத்திலோ பேசலாம். மாகாண காங்கிரஸ் கமிட்டியின் நடவடிக்கைகள், செயல்பாடுகள் அந்தந்த மாகாண மொழியிலேயே நடக்கும். வேண்டுமானால் இந்துஸ்தானி மொழியிலும் நடத்திக்கொள்ளலாம்.' என்று திருத்தப்பட்டது.

இந்த இடத்தில் ஒரு முக்கியமான செய்தியைப் பதிவுசெய்ய வேண்டும். இந்து - முஸ்லிம் ஒற்றுமையை அடிப்படையாக வைத்து இந்துஸ்தானியை காந்தி முன்னிலைப்படுத்தியபோதும் இதர காங்கிரஸ் தலைவர்களுக்கு இந்தியின் மீதுதான் ஆர்வமும் பிடிப்பும் இருந்தன. இந்தியில் கலந்துள்ள உருதுச் சொற்களைக் களைந்துவிட்டு, அவற்றுக்குப் பதிலாக சமஸ்கிருதச் சொற்களைப் பயன்படுத்தினர் இதர காங்கிரஸ் தலைவர்கள். இந்துஸ்தானியைப் பயன்படுத்தவேண்டும் என்று காந்தி சொன்னதை அரைகுறை மனத்துடன் ஏற்றுக்கொண்ட அவர்கள், நடைமுறையில் இந்திக்கு ஆதரவானவர்களாகவே இருந்தனர், இயங்கினர்.

இன்னும் சொல்லப்போனால் காந்தி உயிருடன் இருக்கும்வரை இந்தியா, இந்துஸ்தானியா என்பதில் காங்கிரஸ் கட்சிக்கு உள்ளேயே ஒருவித குழப்பம் இருந்தது. இதுவிஷயமாக காந்திக்கும் இதர தலைவர்களுக்கும் இடையே நிறைய கருத்துப் பரிவர்த்தனைகளும் வாதப்பிரதிவாதங்களும் நடந்துள்ளன.

சென்னையில் உள்ள இந்திப் பிரசார சபையின் வெள்ளிவிழா நிகழ்ச்சியில் கலந்துகொண்டு பேசிய காந்தி, 'நமது நிறுவனத்தின் பெயர் இந்தி பிரசார சபா. இனி இதனை அப்படி அழைக்கக் கூடாது. இந்தி என்ற இடத்தில் இந்துஸ்தானி என்ற சொல்லைப் பயன்படுத்தவேண்டும். தேசிய மொழியின் பெயரால் உறுதி மொழி எடுக்கவேண்டிய சூழ்நிலையில் இந்தி என்று கூறுவதற்குப் பதிலாக இந்துஸ்தானி என்று கூறவேண்டும்' என்றார்.

இந்தி சாகித்ய சம்மேளனத்தின் தலைவர் பொறுப்பை ஏற்றுக் கொள்ளவேண்டிய சூழ்நிலை வந்தபோது இந்தி என்ற சொல் உருதுவையும் உள்ளடக்கும் என்று சம்மேளனம் ஏற்றுக்கொண்டால் மட்டுமே தலைவர் பதவியை ஏற்பேன் என்றார் காந்தி. அதற்கு சம்மேளனம் சம்மதித்த பிறகே தலைவர் பொறுப்பை ஏற்றுக்கொண்டார். இந்தி, இந்துஸ்தானி விஷயத்தில் காந்தியின் கருத்தைப் பெயரளவில் ஏற்றுக்கொண்ட இதர காங்கிரஸ் தலைவர்கள், செயலளவில் இந்திக்கு ஆதரவாகவும் இந்துஸ்தானிக்கு எதிராகவுமே இருந்தனர். இந்தியைப் பரப்பும் முயற்சியிலேயே தொடர்ந்து ஈடுபட்டனர். இதனால் அதிருப்தி அடைந்த காந்தி, இந்தி சாகித்ய சம்மேளனத்தின் தலைவர் பதவியில் இருந்து விலகினார். ஆக, காந்தியின் விருப்பம் இந்துஸ்தானியை நோக்கித்தான் இருந்ததே தவிர, இந்தியை நோக்கி அல்ல.

காந்தியின் மறைவுக்குப் பிறகு இந்திய அரசியல் நிர்ணய சபையில் ஆட்சிமொழி பற்றிய விவாதங்கள் எழுந்தபோது, இந்துஸ்தானி என்ற மொழி விவாதத்தளத்தில் இருந்து முற்றிலுமாக அகற்றப்பட்டு, அந்த இடத்தை இந்தி முழுமையாக ஆக்கிரமித்துக்கொண்டது. அதேசமயம், இந்தியோ அல்லது இந்துஸ்தானியோ, எந்த மொழி வலுக்கட்டாயமாகத் திணிக்கப் பட்டாலும் அதை எதிர்க்கவேண்டிய கட்டாயத்தில் இருந்தது தென்னகம்.

இந்தி நாடு பராக்!

2

ஒவ்வொரு ஆண்டும் அகில இந்திய காங்கிரஸ் மாநாடு நடக்கும்போது அகில இந்திய இந்தி மாநாட்டையும் சேர்த்து நடத்தும் நடைமுறை 1924 முதல் அமலுக்கு வந்தது. இந்தியின் பெருமைகள், இந்தி பொது மொழியாக ஆகவேண்டியதன் அவசியம் உள்ளிட்டவை பற்றி இந்தி மாநாட்டில் விவாதிக்கப் பட்டன. முக்கியமாக, நாடு தழுவிய இந்திப் பிரசாரம் பற்றி.

அந்த வகையில் நான்காவது அகில இந்திய இந்தி மாநாடு 1927 ஆம் ஆண்டு சென்னையில் கூடியது. மாநாட்டுக்குத் தலைமை வகித்தவர் சரோஜினி நாயுடு. இந்திப் பிரசார இயக்கம் என்பது ஒரு கட்சியின் அல்லது ஒரு வகுப்பாரின் வேலை அல்ல; இது நாட்டிலுள்ள அனைத்து மக்களின் - கட்சிகளின் - வகுப்பாரின் ஒற்றுமை உணர்வின் அடையாளம் என்ற சரோஜினி நாயுடுவின் பேச்சுக்கு மாநாட்டில் நல்ல வரவேற்பு.

காந்தி இந்துஸ்தானியை முன்மொழிந்தபோதும் இதர காங்கிரஸ் தலைவர்கள் இந்தியின் மீதே அக்கறை செலுத்தினர். முக்கிய மாக, இந்திய அரசுப்பணி தேர்வாணையத்தின் தலைவராக இருந்த சர். டி. விஜயராகவாச்சாரி. பள்ளி, கல்லூரிகளில் இந்தியை இரண்டாவது மொழிப்பாடமாக வைக்கவேண்டும். அதன்மூலம் இந்தி கற்றுக்கொடுக்கும் பணிகள் கல்வித்துறைக்கு எளிமையாகும்; மக்களுக்கும் பலன் தரும் என்றார் இவர். இந்தி என்பது மிக எளிமையான மொழி. வெறும் ஆறே மாதங்களில் இந்தியைக் கற்றுக்கொண்டு வட இந்தியர்கள் உரையாடலாம் என்று சொன்ன விஜயராகவாச்சாரி, இந்தித் தேர்வில் ஒருவரால்

வெற்றிபெற முடியவில்லை என்றால் அவரைப் படித்தவ ராகவே கருதமுடியாது என்றார்.

இந்தப் பின்னணியில் சென்னை மாநகராட்சிப் பள்ளிகளில் இந்தியைக் கற்பிக்கவேண்டும் என்ற கருத்து எழுந்தது. இந்தியை ஐந்தாம் வகுப்பு தொடங்கி உயர்நிலைப் பள்ளிகளிலும் விருப்பப் பாடமாக வைக்க வேண்டும் என்ற தீர்மானத்தை சென்னை மாநகராட்சி மன்றத்தில் கொண்டுவந்தார் சுயராஜ்ஜியக் கட்சி உறுப்பினர் சத்தியமூர்த்தி. இந்திக்குப் பதிலாக இந்துஸ் தானியை வைக்கவேண்டும் என்றார் இஸ்லாமிய சமுதாயத்தைச் சேர்ந்த உறுப்பினர் ஒருவர். இருப்பினும், சென்னை மாநகராட்சி மன்றத்தில் இந்தியை ஏற்க விரும்பாத நீதிக்கட்சி பெரும் பான்மையுடன் இருந்ததால் சத்தியமூர்த்தி கொண்டுவந்த தீர்மானம் தோற்கடிக்கப்பட்டது.

தோல்விகளைக் கண்டு துவளாத சத்தியமூர்த்தி தன்னுடைய முயற்சிகளைத் தொடர்ந்தார். இந்தியைக் கற்றுக் கொள்ளுங்கள் என்று பிரசாரம் செய்வது மட்டும் போதாது. இந்தியைக் கற்குமாறு அவர்களைக் கட்டாயப்படுத்தவேண்டும். ஆறாம் வகுப்பில் இருந்து ஒன்பதாம் வகுப்பு வரை இந்தியைக் கட்டாய மொழிப்பாடமாக ஆக்கவேண்டும். அதைச் செய்தால் இன்னும் பதினைந்தே ஆண்டுகளில் இந்தியா இந்தி நாடாகிவிடும் என்று பேசினார். இந்தப் பேச்சு 12 ஜூலை 1934 தேதியிட்ட மெட்ராஸ் மெயில் ஏட்டில் வெளியானது.

சத்தியமூர்த்தியைத் தொடர்ந்து ராஜாஜியும் இந்திப் பிரசாரப் பணியில் ஈடுபடத் தொடங்கினார். இந்தியப் பள்ளிகளில் பிரிட்டிஷாரின் வரலாறு ஆங்கில மொழியில் சொல்லித்தரப்பட வேண்டும்; இந்திய வரலாறு இந்தியில் சொல்லித்தரப்பட வேண்டும் என்ற கருத்தை திருநெல்வேலியில் நடந்த பள்ளி விழா ஒன்றில் முன்வைத்த ராஜாஜி, தென்னிந்தியர்களுக்கு இந்தி அறிவைப் புகட்டுவதன்மூலம் அவர்களுக்கு வேலை வாய்ப்புகள் பெற வழிவகுக்கும் என்றார்.

சத்தியமூர்த்தி, ராஜாஜி உள்ளிட்ட தலைவர்கள் இந்திப் பிரசாரப் பணிகளில் தீவிரமாக இயங்கிய சமயத்தில் இந்தித் திணிப்புக் கான எதிர்க்குரல்களும் எழுந்துகொண்டிருந்தன. முக்கியமாக, காங்கிரஸ் கட்சியின் அலுவல் மொழியாக இந்தி ஆகவேண்டும் என்ற கருத்துக்கு எதிர்ப்பு எழுந்தது.

'இந்திக்கு முதலிடம் அளிப்பது நமது அடிமைத்தனத்தை வேறொரு உருவத்தில் நிலைநாட்டுவதாகவே முடியும். ஆங்கிலத்தின் இடத்தை இந்தி பெற்றால் தென்னாட்டவருக்குத்தான் மிகுந்த கேடு உண்டாகும். தாய்மொழியே மக்களின் உயிர்நிலை. வேற்றுமொழி ஒன்றைப் படிக்கவும் அதுவழியாக நமது கருத்துகளைத் தெரிவிக்கவும் நாம் கட்டாயப்படுத்தப்பட்டால் நமது உண்மையான முன்னேற்றத்துக்குத் தடை ஏற்படுவதுடன், நமது மனநிலையும் வளர்ச்சி அடையாது தேய்ந்துவிடும். ஆகவே, இந்தியைப் பொதுமொழி ஆக்குவது பற்றி மிகமிக விழிப்பாக இருக்கவேண்டும் என்று நமது அரசியல்வாதிகளை எச்சரிக்கவேண்டிய காலம் வந்துவிட்டது!' என்று 1923 ஆம் ஆண்டிலேயே காங்கிரஸ் கட்சியின் செயலாளர்களுள் ஒருவராக இருந்த கோபால கிருஷ்ணமய்யா பேசினார்.

கிருஷ்ணமய்யா எதிர்ப்பு தெரிவித்த இரண்டு ஆண்டுகளில் காங்கிரஸ் கட்சியின் அலுவல் மொழியாக இந்துஸ்தானி அங்கீகரிக்கப்பட்டது. அதற்கு பெரியாரின் குடி அரசு ஏடு கண்டனம் தெரிவித்தது. 1926 மார்ச்மாதம் குடி அரசு இதழில் வெளியான கட்டுரையில், 'பழையன கழிந்து, புதியன புகுவதாக இருந்தால் நமக்கு கவலை இல்லை. ஆனால் புதியவைகள் வந்து பலாத்காரமாகப் புகுந்துகொண்டு, பழையவைகளைக் கழுத்தைப் பிடித்துத் தள்ளுவதானால் அதையும் சகித்துக் கொண்டு அதற்கு வக்காலத்து பேசுவது என்பது பாஷைத் துரோகம்; சமூகத் துரோகம்' என்று எழுதப்பட்டிருந்தது.

தாய்மொழி தவிர்த்த பொதுமொழி என்றால் அது ஆங்கிலமாகத் தான் இருக்கவேண்டும் என்று குடி அரசில் எழுதினார் பெரியார். 'இன்றைய தினம் மக்களுக்கு அவரவர்கள் சொந்த பாஷை தவிர வேறு பாஷை தெரியவேண்டுமானால் அது ஆங்கில பாஷை என்றே நாம் தைரியமாகச் சொல்லுவோம். உலகமே தங்கள் கிராமந்தான் என்று எண்ணிக் கொண்டிருந்த காலம் மலையேறி, இப்போது நிலப்பரப்பு, நீர்ப்பரப்பு முழுவதும் தெரிந்து, இருநூறு கோடி மக்களையும் சகோதரர்களாகப் பாவித்து வாழவேண்டிய நிலை ஏற்பட்டிருக்கும்போது உலகச் செலாவணி பாஷை எதுவோ அதை மனிதன் அறியாமல், கபீர்தாஸ் ராமாயணத்தைப் படிக்கவேண்டிய இந்தி பாஷையை எதற்குப் படிக்க வேண்டும் என்று கேட்கின்றோம்.'

காங்கிரஸ் கட்சியின் இந்தி ஆதரவு நடவடிக்கைக்கு பதில் தரும் வகையில் 1931 ஆம் ஆண்டு சுயமரியாதை இயக்கத்தின் மாகாண மாநாடு கூடியது. பழைய புராணக் கதைகளைச் சொல்வதைத் தவிர வேறு அறிவு வளர்ச்சிக்குப் பயன்படாத இந்தி மொழியை நமது மக்கள் படிக்கும்படி செய்வது பார்ப்பனீயத்துக்கு மறை முகமாக ஆக்கம் தேடும் முயற்சி என்று அறிவித்த சுயமரியாதை மாநாடு (1931), தற்கால விஞ்ஞான அறிவை நமது மக்களிடையே பரப்பவும் புத்தம் புதிய தொழில் முறைகளை நமது நாட்டில் ஏற்படுத்தவும் மற்ற நாடுகளில் எழுந்திருக்கும் சீர்திருத்த உணர்ச்சியை நமது மக்களிடையே தோற்றுவிக்கவும் உலக மொழியாக விளங்கும் ஆங்கிலத்தையே தாய்மொழிக்கு அடுத்த படியாக நமது இளைஞர்கள் கற்கவேண்டும் என்று தீர்மானம் நிறைவேற்றியது.

பெரியாரும் சுயமரியாதை இயக்கமும் மட்டும் இந்தித் திணிப்பு முயற்சிகளை எதிர்க்கவில்லை. சுத்தானந்த பாரதியார், மறைமலை அடிகள் உள்ளிட்ட தமிழறிஞர்களும் எதிர்த்தனர். இந்தி மொழியை நாட்டின் முதன்மையான மொழியாக ஆக்க சிலர் முயல்வது போல தமிழ்நாட்டின் முதன்மை மொழியாக தமிழைக் கொண்டுவருவதற்கான முயற்சிகள் முன்னெடுக்கப் படவேண்டும் என்பது சுத்தானந்த பாரதியாரின் விருப்பம்.

‘பிறமொழிகளின் முன்னேற்றத்துக்குத் தக்கவாறு தமிழ் முன்னேறியாகவேண்டும். அதற்கு மாறாக, நமது பள்ளிச்சிறார் தமிழைப் புறக்கணித்து, வேறொரு மொழிக்கு ஆக்கம் தேடும் படியான எத்தகையை முயற்சியும் தமிழுக்கு ஆக்கம் தராது. முதலில் ஒவ்வொருவரும் தமது தாய்மொழியை நன்கு கற்க வேண்டும். பிறகு தொழில் நடத்துவதற்கும் உலகுடன் பழகு வதற்கும் உலகெங்கும் நன்கறிந்த ஒரு மொழியைக் கற்றறிய வேண்டும். அத்தகையை மொழி இப்போது ஆங்கிலமே.. இந்தியை நாம் வெறுக்கவில்லை. கற்பவர் கற்கட்டும்; கட்டாயம் கற்றே தீரவேண்டும். இன்றேல், வாழமுடியாது என்று தடபுடல் செய்யவேண்டாம்’ என்று எழுதினார் சுத்தானந்த பாரதியார்.

இந்தியாவின் பொதுமொழியாக இருப்பதற்கு இந்திக்குத் தகுதியில்லை என்ற கருத்தை முன்வைத்தார் மறைமலையடிகள். ‘பொதுமொழி என்பது மக்களால் பேசப்படுகிறது. வாழும் மொழியாக இருந்தால் மட்டும் போதாது. அம்மொழி பண்டைய

மொழியாக இருக்கவேண்டும். தொடர்ச்சியாக நெடுங்காலம் பேசப்பட்டு, இப்போதும் பேசுகின்ற மொழியாக இருக்க வேண்டும். அந்த மொழி உயரிய இலக்கிய வளம் நிரம்பியதாக இருக்கவேண்டும். அந்த மொழியைப் பேசுகின்ற மக்களின் அரசியல் கொள்கைகள், சிந்தனை சார்ந்த சமயக் கொள்கைகள், சமூக நெறிகள் போன்ற மக்கள் மனமுவந்து ஏற்கத்தக்க பல்துறை அறிவுசார்ந்த இலக்கியங்கள் சொந்தப் படைப்பிலக்கி யங்கள் கொண்டதாக இருக்கவேண்டும். அந்த வகையில் இந்தி மொழிக்கு பழைமைச் சிறப்பும் இல்லை; இலக்கிய வளமும் இல்லை. வட இந்தியாவில் இந்தி பேசப்படுவதிலேயே பலவித வேறுபாடுகள் உள்ளபோது தமிழர்களை இந்தியைக் கற்றுக் கொள் என்று வற்புறுத்துவது சக்தியையும் முழுநேரத்தையும் வீணாக்குவதாகும்' என்றார் மறைமலை அடிகள்.

ஆக, இந்திக்கு ஆதரவாக காங்கிரஸ், சுயராஜ்ஜியக் கட்சியினர் ஒருபக்கமும் இந்தித்திணிப்புக்கு எதிராக பெரியார், மறைமலை அடிகள், சுத்தானந்த பாரதியார் உள்ளிட்டோர் இன்னொரு பக்கமும் வாதப் பிரதிவாதங்களில் ஈடுபட்டிருந்த சமயத்தில் தேர்தல் அறிவிக்கப்பட்டது.

இந்தி வந்துவிட்டது

3

புதிய அரசியல் அமைப்புச் சட்டத்தின்படி 1937 பிப்ரவரி மாதம் இந்தியாவில் தேர்தல் நடந்தது. சென்னை மாகாணத்தில் நடந்த தேர்தலில் நீதிக்கட்சியைத் தோற்கடித்து காங்கிரஸ் கட்சி அதிக இடங்களைக் கைப்பற்றியது. மொத்தமுள்ள 215 இடங்களில் 152 இடங்களைப் பெற்றது காங்கிரஸ். 15 ஜூலை 1937 அன்று காங்கிரஸ் கட்சியின் சார்பாக ராஜாஜி சென்னை மாகாண முதல்வராகத் (பிரிமியர்) தேர்ந்தெடுக்கப்பட்டார்.

வட இந்தியர்களை அறிந்துகொள்ளவும் புரிந்துகொள்ளவும் தென்னிந்தியர்களுக்கு இந்தி மொழி பற்றிய அறிவு அவசியம். குறிப்பாக, இந்தியாவின் அரசியல் மற்றும் வாணிகத்தை நடத்திச்செல்ல இந்தி அத்தியாவசியம் என்பது ராஜாஜியின் கருத்து. அதன் காரணமாகவே அவர் இந்தி மொழியைப் பள்ளிகளில் கட்டாயப் பாடமொழியாக ஆக்கவேண்டும் என்ற கருத்தை முதலமைச்சர் பொறுப்பை ஏற்பதற்கு முன்பிருந்தே தொடர்ந்து சொல்லிக்கொண்டிருந்தார்.

1937 ஜூன் மாதம் நடந்த இந்தி சாகித்ய சம்மேளன மாநாட்டை நிறைவுசெய்துவைத்துப் பேசிய ராஜாஜி, 'மந்திரி பதவி ஏற்றால் எனக்காக என்ன செய்வாய் என்று ஜம்னாலால் பஜாஜ் (காங்கிரஸ் கட்சியைச் சேர்ந்த பிரபல தொழிலதிபர்) என்னைக் கேட்டார். நான் ஸ்கூல் ஃபைனலில் இந்தியைக் கட்டாயப்பாடமாக வைப்பதாகச் சொன்னேன். குழந்தைகளுக்குப் பாலூட்டும் போது தாய் பலவந்தம் செய்வதுபோல இதில் குழந்தைகளைப் பலவந்தம் செய்தாலும் தவறில்லை. தமிழ்மொழி கால்

போன்றது; இந்தி வண்டி மாதிரி, ஆங்கிலம் ரயில் மாதிரி' என்றார்.

முதல்வர் பதவியை ஏற்றபிறகு 10 ஆகஸ்டு 1937 அன்று சென்னை ராமகிருஷ்ண மடம் மாணவர் இல்ல விழாவில் கலந்து கொண்டார் ராஜாஜி. இந்தியில் பாடநூல்கள் விரைவில் எழுதப்படவேண்டும். புதிய இந்தி எழுத்துகளைத் தமிழக மாணவர்கள் கற்றுக்கொள்ளத் தொடங்கிவிடுவார்களேயானால் பிறகு இந்தி, சமஸ்கிருதத்தை அவர்கள் எளிதில் பயில்வதற்கு வாய்ப்பு ஏற்பட்டுவிடும் என்று அந்த விழாவில் பேசினார்.

பள்ளிகளில் இந்தியைக் கொண்டுவரப்போகிறார் ராஜாஜி என்பது வெளிப்படையாகத் தெரிந்துவிட்ட நிலையில் அது குறித்து இரண்டு முக்கியபத்திரிகைகள் கருத்துகளை வெளி யிட்டன. ஒன்று, ஆனந்த விகடன். இந்திப் பாடத்துக்கு வரவேற்பு தெரிவித்த ஆனந்தவிகடன், மேல் வகுப்புகளுக்கும் இந்தியைப் பாடமாக வைக்கவேண்டும் என்றது. இரண்டாவது, மெயில் பத்திரிகை. பதற்றத்தோடு செய்யவேண்டாம் என்ற தலைப்பில் வெளியான கட்டுரை ஒன்றில், 'பின்விளைவுகளை முழுமையாக ஆராயாமல் புதிய திட்டத்தை நடைமுறைப்படுத்த வேண்டாம்' என்று எச்சரிக்கை செய்தது.

பத்திரிகைகளைத் தொடர்ந்து தமிழ் உணர்வாளர்கள் எதிர்ப்புக் குரல் எழுப்பத் தொடங்கிவிட்டனர். பல இடங்களில் இந்தித் திணிப்புக்கு எதிரான பொதுக்கூட்டங்களும் ஊர்வலங்களும் நடந்தன. இத்தகைய பணிகளில் கரந்தை தமிழ்ச்சங்கம், திருவையாறு செந்தமிழ்க் கழகம் உள்ளிட்ட தமிழ் அமைப்புகள் ஈடுபட்டன. அந்தக் கூட்டங்களில் தமிழறிஞர்களான த.வே. உமாமகேஸ்வரன் பிள்ளை, நாவலர் சோமசுந்தர பாரதியார், மறைமலை அடிகள் உள்ளிட்ட பலரும் கலந்துகொண்டு ராஜாஜியின் இந்தித் திணிப்பு முயற்சிகளுக்கு எதிர்ப்பு தெரிவித்தனர்.

இந்தித் திணிப்பு மீதான எதிர்ப்புகள் வலுத்துக்கொண்டிருந்த சமயத்தில் ஆனந்த விகடன் பத்திரிகை தீவிர இந்தி ஆதரவு நிலைப்பாட்டை எடுத்திருந்தது. ஹிந்திக்கு யோகந்தான் என்ற தலைப்பில் 26 செப்டெம்பர் 1937 அன்று கட்டுரை ஒன்றை வெளியிட்ட விகடன் இந்தித்திணிப்பை எதிர்க்கும் சுயமரியாதை இயக்கத்தினரைக் கேலி செய்தது.

'சென்ற தேர்தலில் மேற்படி கும்பலினால் ஆதரிக்கப்பட்ட அநேகப் பேர்களில் பாதிப்பேர் தோல்வி அடைந்தார்கள். பாக்கிப் பாதிப்பேர் ஜாமீனையே இழந்தார்கள்! இவர்கள் எந்தக் கட்சியையாவது ஆதரித்தால் அதன் தோல்வி நிச்சயம். எந்த மனிதரையாவது ஆதரித்தால் அவரது வீழ்ச்சி நிச்சயம். அது மாதிரியே இவர்கள் எந்தக் கட்சியையாவது எந்தத் திட்டத்தை யாவது எதிர்த்தால் அதன் வெற்றியும் நிச்சயம்.. இதை நினைக்கும்போதுதான், 'அடடா, இந்த ஹிந்திக்கு யோக மல்லவா பிறந்துவிட்டது போலிருக்கிறது.. சிலபேர் ஹிந்தியை எதிர்ப்பாதனாலேயே, அதற்கு உரியதைவிட அதிகக் கௌர வத்தைப் பொதுஜனங்கள் கொடுத்துவிடப் போகிறார்களே.. ஆகவே, இவர்கள், 'ஐயோ, தமிழுக்கு அபாயம் வந்துவிட்டது; நாங்கள் காப்பாற்றப்போகிறோம்' என்று சொல்லும்போது, தமிழ்மக்கள், 'கடவுளே, இவர்களிடமிருந்து தமிழைக் காப் பாற்றி அருள்க' என்று பிரார்த்திப்பதில் வியப்பில்லை.'

இந்தித் திணிப்புக்கு எதிர்ப்பு தெரிவிப்பதன் ஒருபகுதியாக 26 டிசம்பர் 1937 அன்று சென்னை மாகாணத் தமிழர் மாநாடு ஒன்று திருச்சி தேவர் மண்டபத்தில் கூடியது. சுயமரியாதை இயக் கத்தைச் சேர்ந்த கி.ஆ.பெ. விசுவநாதம், தி.பொ. வேதாச்சலம், பட்டுக்கோட்டை அழகிரிசாமி உள்ளிட்டோரின் முயற்சியால் கூட்டப்பட்ட மாநாடு அது. கட்சி வேறுபாடுகளை மறந்து, தமிழுக்கு ஆதரவாக – இந்தித்திணிப்புக்கு எதிராகச் செயல்பட விரும்பிய அனைத்து தரப்பினரும் அந்த மாநாட்டில் கலந்து கொண்டனர்.

மாநாட்டுக்குத் தலைமை வகித்த நாவலர் சோமசுந்தர பாரதியார், 'பல மொழி இனங்களை உள்ளடக்கிய மிகப்பெரிய நாடான சோவியத் ரஷ்யாவில்கூட பொதுமொழி என்று தனியே இல்லை. ஆனாலும் ஆட்சி நடத்துவதில் அங்கே எந்தச் சிக்கலும் இல்லை என்கிறபோது இங்கே மட்டும் ஏன் இந்த ஒற்றை மொழித் திணிப்பு?' என்று கேள்வி எழுப்பினார். இந்த மாநாட்டில்தான் கட்டாய இந்தியைக் கடுமையாக எதிர்க்க வேண்டும் என்ற தீர்மானத்தையும் தமிழ்நாடு தனிநாடாகப் பிரியவேண்டும் என்ற தீர்மானத்தையும் கொண்டுவந்தார் பெரியார்.

பட்டுக்கோட்டை அழகிரிசாமி, நகரதூதன் பத்திரிகையின் ஆசிரியர் மணவை ரெ. திருமலைச்சாமி, மேடை தளவாய்

குமாரசாமி முதலியார், தி.பொ. வேதாசலம், என். சிவராஜ், சி.என். அண்ணாதுரை உள்ளிட்ட பலரும் ஆங்காங்கே நடந்த மாவட்ட மாநாடுகளில் கலந்துகொண்டு இந்தித் திணிப்புக்கு எதிரான பிரசாரத்தில் ஈடுபட்டனர்.

இந்தித் திணிப்பை எதிர்த்து மாநாடுகளும் ஊர்வலங்களும் கூட்டங்களும் ஒருபக்கம் நடந்துகொண்டிருக்க, இன்னொரு பக்கம் தனது பணியில் தீவிரம் காட்டிக்கொண்டிருந்தார் முதலமைச்சர் ராஜாஜி. 1938 – 39 ஆம் ஆண்டுக்கான நிதிநிலை அறிக்கையில் சென்னை மாகாணத்தில் மொத்தம் 125 உயர்நிலைப் பள்ளிகளில் ஒன்று முதல் மூன்று படிவங்கள் வரை (ஆறாம் வகுப்பு முதல் எட்டாம் வகுப்பு வரை) இந்தி கட்டாயப் பாடமொழியாகப் பயிற்றுவிக்கப்படும் என்று அறிவிப்பு வெளியானது. அதாவது, சென்னை மாகாணத்தின் தமிழ்மொழி வழங்கும் பகுதிகளில் 60, தெலுங்கு மொழி வழங்கும் பகுதிகளில் 54, கன்னடம் வழங்கும் பகுதிகளில் 4, மலையாளம் வழங்கும் பகுதிகளில் 7 என்று மொத்தம் 125 இடங்களில் இந்தி மொழி கட்டாய மொழிப்பாடமாக ஆக்கப்படும்.

நிதிநிலை அறிக்கையில் வெளியான அறிவிப்புக்கு நீதிக்கட்சி யின் தலைவரும் எதிர்க்கட்சித் தலைவருமான எம்.ஏ. முத்தையா செட்டியார் எதிர்ப்பு தெரிவித்தார். அரசின் திட்டமாக இந்தியைக் கட்டாயம் என்று அறிவிப்பதற்குப் பதிலாக விருப்பப் பாடம் என்று அறிவிப்பது நல்ல முடிவாக இருக்கும் என்றார் முத்தையா செட்டியார். அதற்கு பதிலளித்த முதலமைச்சர் ராஜாஜி, 'ஆரியத்தை எதிர்ப்பவர்களும் காங் கிரஸைப் பிடிக்காதவர்களும்தான் இந்தியை எதிர்க்கிறார்கள்' என்று சொன்னதோடு, இந்தி ஆசிரியர்களுக்கு சம்பளம் வழங்குவதற்காக நிதிநிலை அறிக்கையில் இருபதாயிரம் ரூபாய் ஒதுக்கியுள்ளேன்' என்றார்.

இந்தி கட்டாயப் பாடமாகும் பட்சத்தில் கண்டிப்பாக பிராமணர் அல்லாத பிள்ளைகள் தொண்ணூறு சதவீதத்துக்கு மேல் தோல்வி அடைந்து விடுவார்கள். மாறாக, பிராமணப் பிள்ளைகள் நூறு சதவீதம் தேர்ச்சி அடைந்துவிடுவார்கள். ஆக, பிராமணர் அல்லாத பிள்ளைகளை மேல் படிப்பு இல்லாமல் அழுத்தத்தான் இந்தி ஒரு சாதனமே தவிர மனித வாழ்க்கைக்கோ அறிவுக்கோ தமிழர்களுக்கு எந்த விதத்திலும் இந்தி இன்றியமையாததாகாது

என்று குடி அரசு பத்திரிகையில் தலையங்கம் எழுதினார் பெரியார்.

27 பிப்ரவரி 1938 அன்று காஞ்சிபுரத்தில் இந்தி எதிர்ப்பு மாநாடு கூடியது. மாநாட்டுக்குத் தலைமை வகித்தவர் நீதிக்கட்சியின் மூத்த தலைவர்களுள் ஒருவரான கே. வேங்கட்ட ரெட்டி நாயுடு. மேலும், கான் பகதூர் கலிபுல்லா சாகிப், சோமசுந்தர பாரதியார், கவிஞர் பாரதிதாசன், த.வே. உமா மகேஸ்வரன் பிள்ளை, சிதம்பரம் என். தண்டபாணி பிள்ளை உள்ளிட்ட பலரும் அந்த மாநாட்டில் பங்கேற்றனர்.

'திராவிடர்களாகிய நமக்கு ஆங்கிலத்தைப் போலவே இந்தியும் அந்நிய மொழியே. ஆனால் இந்தியின் இழிந்த நிலை என்பது அதனால் பழம்பெரும் மொழி என்று உரிமை கொண்டாட முடியாது. வளம் நிறைந்த மொழியும் அல்ல. அந்த மொழியின் பழைமையான இலக்கியமே பதின்மூன்றாம் நூற்றாண்டில் உருவானதுதான். ஆனால் தமிழின் தொல்காப்பியம் இருபது நூற்றாண்டுகளுக்கு முன்னரே இயற்றப்பட்டு விட்டது' என்று பேசினார் கே. வேங்கட்ட ரெட்டி நாயுடு. தேர்தல் காலத்தில் காங்கிரஸ் கூறாததும் தேர்தல் அறிக்கையில் கூறப்படாததுமான இந்தியைக் கட்டாயப் பாடமாக்கும் போக்கைக் கண்டிக்கும் தீர்மானம் உள்ளிட்ட நான்கு தீர்மானங்கள் மாநாட்டில் நிறைவேற்றப்பட்டன.

இந்தி கட்டாயப் பாடமாக ஆக்கப்படும் என்று நிதிநிலை அறிக்கையில் சொன்னதை 21 ஏப்ரல் 1938 அன்று உத்தரவாகவே பிறப்பித்தார் முதல்வர் ராஜாஜி. அதனைத் தொடந்து, 'எச்சரிக்கை கலந்த கோரிக்கை அறிவிப்பு' என்ற தலைப்பில் 15 மே 1938 அன்று குடி அரசு பத்திரிகையில் எழுதினார் பெரியார்.

> தமிழா என்ன செய்யப்போகிறாய்?
>
> இந்தி வந்துவிட்டது!
>
> பார்ப்பன ஆதிக்கத்தை நிலைநிறுத்த – தமிழனின் தன்மானத்தை அழித்து தமிழனை ஆரியர்க்கு என்றென்றும் நிலையான அடிமையாக்க, இந்தி தமிழ் மக்களுக்குக் கட்டாயப் படிப்பாக ஏற்படுத்தப்பட்டாய்விட்டது.
>
> யாரால்? ஆரியரால்.

எப்படி?

தமிழ் மக்களின் ஒன்றுபட்ட கூக்குரலைச் சிறிதும் மதியாமல்!

தமிழா இனி என்ன செய்யப்போகிறாய்?

தலைவணங்கி வரவேற்கப் போகிறாயா?

எதிர்த்துநின்று விரட்டியடிக்கப் போகிறாயா?

இதில்தான் தமிழன் இருப்பதா, இறப்பதா என்கின்ற முடிவு இருக்கிறது.

தலை வணங்குவதானால் காங்கிரஸில் இரு.

எதிர்த்து நிற்பதானால் உன் பெயரை எதிர்ப்புக் கமிட்டிக்குக் கொடு!

இந்தித்திணிப்புப் போராட்டங்களை எப்படி நடத்துவது என்பது தொடர்பாக ஆலோசனை செய்யும் நோக்கத்துடன் 28 மே 1938 அன்று திருச்சியில் தமிழ்ப்பாசறை அமைப்புக்கூட்டம் ஒன்றுக்கு ஏற்பாடு செய்யப்பட்டது. அந்தக் கூட்டத்தில் இந்தி எதிர்ப்பு வாரியம் என்ற பெயரில் போராட்டக்குழு ஒன்று உருவாக்கப் பட்டது. அதன் தலைவராக சோமசுந்தர பாரதியாரும் செயலாள ராக கி.ஆ.பெ. விசுவநாதமும் தேர்ந்தெடுக்கப்பட்டனர். பெரியார், த.வே. உமாமகேஸ்வரன் பிள்ளை, டபிள்யூ.பி.ஏ. சௌந்தர பாண்டிய நாடார், கே.எம். பாலசுப்பிரமணியம் ஆகியோர் அந்தக் குழுவின் இதர உறுப்பினர்கள்.

மாணவர்கள் இந்திப் பாடங்களைப் புறக்கணிக்கும்படி செய்தல், இந்தி மொழியைப் பயிற்றுவிக்கும் பள்ளிகளுக்கு முன்னால் மறியல் போராட்டங்களை நடத்துதல், உண்ணாவிரதம் இருந்தல், காங்கிரஸ் அமைச்சர்களுக்கு எதிராகக் கறுப்புக்கொடி காட்டுதல், முதலமைச்சர் வீட்டுக்கு முன்னால் மறியல் நடத்து தல் என்று பல்வேறு போராட்ட முறைகள் வகுக்கப்பட்டன.

இந்தி எதிர்ப்புப் போராட்டத்தில் ஈடுபடத் தயாராக இருப் பவர்கள் சிறைக்குச் செல்லுதல் என்ற நிலையோடும் நினைப் போடும் மட்டும் இருந்துவிடக்கூடாது. தேவைப்பட்டால் ரத்தம் சிந்தவும் செத்து மடியவும் தயாராக இருக்கவேண்டும் என்று கேட்டுக்கொண்ட பெரியார், 29 மே 1938 அன்று முக்கிய அறிவிப்பு ஒன்றையும் குடி அரசு பத்திரிகையில் வெளியிட்டார்.

தமிழர் போர் மூண்டுவிட்டது. எதற்காக? தமிழுக்காக!

தமிழர் தன்மானத்துக்காக, தமிழர் அறிவு, கலை, வீரம் ஆகிய வற்றுக்காக!

எனவே, தமிழா உன் கடமை என்ன?

மாதம் 75 ரூபாய் காசுக்கு எதிரியின் காலை நக்குவதா? அற்ப பதவிக்காக சகலத்தையும் உதிர்த்து, தமிழை, தமிழனை, தமிழ் நாட்டைக் காட்டிக்கொடுத்துவிட்டு, வளையல் போட்டுக்கொண்டு, முக்காடிட்டு, மூலையில் குந்தி இருப்பதா? சீ. இது சிற்றினப் பிழைப்பல்லவா?

மற்றென்ன உன் கடமை?

எதிரியின் கூட்டுறவை ஒழி!

வீரத்துடன் வெளியில் வந்து மார்தட்டு!

கிளர்ச்சிப்போரில் முன்னணியில் நில்லு!

எதிரி வெட்கப்பட, அறிவு பெற, ஓடி ஒழிய,

உன் உயிர்விடத் தயாராகு!

இவை உன்னால் ஆகாவிட்டால் காசுகொடுத்து ஆதரித்து, நீ தமிழன் என்பதையாவது காட்டிக்கொள்!

இந்தி எதிர்ப்புப் படை

4

இந்தித் திணிப்புக்கு எதிரான எங்களுடைய போராட்டம் அற வழியில் நடக்கும். இந்தித் திணிப்பின் ஆபத்து குறித்து மக்களைச் சந்தித்துப் பிரசாரம் செய்வோம். உண்ணாவிரதம் இருந்து கோரிக்கைகளை வலியுறுத்துவோம். ஊர்வலங்கள் செல்வோம். பேரணிகள் நடத்துவோம். தேவைப்பட்டால் ஒத்துழையாமை இயக்கம் நடத்துவோம். சத்தியாக்கிரகம் செய்வோம். இதுதான் போராட்டக்காரர்கள் விடுத்த அறிவிப்புகள். ஆனால் அதற்கு காங்கிரஸ் தரப்பில் இருந்து விமரிசனங்கள் எழுந்தன.

சத்தியாக்கிரகம் என்பது புனிதமான, தூய்மையான நோக்கங்களுக்காகப் பயன்படுத்தவேண்டிய கடைசி ஆயுதம். அதனை இந்தி எதிர்ப்புப் போரில் ஈடுபடுபவர்கள் பயன்படுத்தலாமா? என்று கேள்வி எழுப்பினார் முதலமைச்சர் ராஜாஜி. சத்தியாக் கிரகம்கூட காங்கிரஸ்காரர்களுக்கு மட்டுமே சொந்தமானது என்பது ராஜாஜி எழுப்பிய கேள்வியின் உள்ளர்த்தம். ஆனால் அதைப் பற்றிக் கவலைப்படாமல் அறவழியிலான போராட் டங்கள் தொடங்கின.

போராட்டத்தில் ஈடுபடுவதற்கு வசதியாக குழுக்கள் அமைக்கப் பட்டன. ஒவ்வொரு குழுவிலும் பத்துக்கும் மேற்பட்டோர் சேர்த்துக்கொள்ளப்பட்டனர். அவர்களுக்குத் தலைமையேற்க ஒரு சர்வாதிகாரி. செ.தெ. நாயகம் உள்ளிட்ட பதிமூன்று பேர் சர்வாதிகாரிகளாக நியமிக்கப்பட்டனர். அவர்களில் ஈழத்து சண்முகானந்த அடிகள், கே.எம். பாலசுப்ரமணியம், ஜி.என்.

ராஜு, குடந்தை எஸ்.கே. சாமி, எம்.எஸ். மொய்தீன் உள்ளிட்டோர் குறிப்பிடத்தக்கவர்கள்.

3 ஜூன் 1938 அன்று முதலமைச்சர் ராஜாஜியின் வீட்டுக்கு முன்னால் மறியல் போராட்டம் நடந்தது. அதற்குத் தலைமை யேற்றவர் செ.தெ. நாயகம். மறியலில் ஈடுபட்ட அனைவரும் கைதாகினர். பின்னர் ஈழத்தடிகள் தலைமையில் அடுத்த குழுவினர் மறியல் போராட்டத்தில் ஈடுபட்டுக் கைதாகினர். பின்னர் நடந்த வழக்கு விசாரணையின் முடிவில் செ.தெ. நாயகத்துக்கு ஒரு மாத வெறுங்காவல் தண்டனை – இருநூறு ரூபாய் அபராதம் விதிக்கப்பட்டது. ஈழத்தடிகளுக்கு நான்கு மாதக் கடுங்காவல் தண்டனை தரப்பட்டது.

பல்லடம் பொன்னுச்சாமி என்ற காங்கிரஸ் தொண்டர் இந்தித் திணிப்பைக் கண்டித்து முதலமைச்சர் ராஜாஜியின் வீட்டுக்கு முன்னால் உண்ணாவிரதப் போராட்டத்தில் ஈடுபட்டார். இரண்டு தினங்களில் அவரைக் கைதுசெய்த காவலர்கள் அவர்மீது வழக்கு தொடுத்தனர். அந்த வழக்கில் அவருக்கு ஆறு வாரக் கடுங்காவல் சிறைத்தண்டனை விதிக்கப்பட்டது. (முன்னதாக ஸ்டாலின் ஜெகதீசன் என்பவர் இந்தித் திணிப்பு உத்தரவுக்கு எதிராக 1938 மே மாதத்தில் உண்ணாவிரதப் போராட்டம் நடத்தி, திடீரென அதனை முடித்துக்கொண்டார். இரவு நேரத்தில் உணவு சாப்பிட்டார் என்பது அவர் மீதான குற்றச்சாட்டு. அதன் காரணமாக அவருடைய உண்ணாவிரதப் போராட்டம் சர்ச்சைக்குரிய ஒன்றாக அமைந்துவிட்டது.)

கைதுகளும் சிறைத்தண்டனைகளும் தொடர்ந்தபோதும் இந்தித் திணிப்புக்கு எதிரான போராட்டங்கள் நிற்கவில்லை. தமிழ் ஆதரவாளர்களையும் இந்தித்திணிப்பு எதிர்ப்பாளர்களையும் உள்ளடக்கிய குழுவினர் தொடர்ந்து பிரசாரத்தில் ஈடுபட்டனர். இந்திப் பாடத்தைக் கட்டாயமாக வலியுறுத்தும் பள்ளிகளைப் புறக்கணித்து, வேறு பள்ளிகளுக்குப் பிள்ளைகளை அனுப்புங்கள் என்று பெற்றோரிடம் கோரினர். முக்கியமாக, இந்தியைக் கட்டாயப் பாடமாக நடத்தவேண்டாம் என்று பள்ளி முதல்வர்களிடம் வேண்டுகோள் விடுத்தனர்.

எந்தெந்த பள்ளிகளில் எல்லாம் கட்டாய இந்தி அறிமுகம் செய்யப்பட்டுள்ளது என்பதை அடையாளம் கண்டு, அந்தப் பள்ளிகளுக்கு முன்னால் மறியல் போராட்டங்கள் நடந்தன.

அந்த வகையில் சென்னை ஜார்ஜ் டவுன் பகுதியில் உள்ள இந்து தியாலஜிகல் பள்ளிக்குள் ஆசிரியர்கள், மாணவர்கள் நுழையாமல் தடுக்கும் வகையில் குறுக்கே நின்று கொண்டு மறியல் செய்தனர். இந்தித் திணிப்பு ஒழிக! தமிழ் வாழ்க! உடனடியாகக் காவலர்கள் வரவழைக்கப்பட்டு, போராட்டக்காரர்கள் அத்தனை பேரும் கைது செய்யப்பட்டனர். அவர்கள்மீது கிரிமினல் வழக்குகள் தொடுக்கப்பட்டன.

தொண்டர்கள் பல பிரிவுகளாகப் பிரிந்து, ஒவ்வொரு நாளும் ஒவ்வொருவர் தலைமையில் மறியலில் ஈடுபட்டனர். ஒரு பிரிவு மறியலில் ஈடுபட்டுக் கைதானதும், அடுத்த பிரிவு களத்தில் இறங்கியது. முதலமைச்சர் ராஜாஜியின் வீட்டுக்கு முன்னால் தினமும் மறியல் போராட்டம் நடைபெற்றது. அந்தப் போராட்டத்தில் ஈடுபட்டவர்களும் கைது செய்யப்பட்டனர். அப்போது தமிழன் தனது தாய்மொழிக்காகப் போராடினால் கைது செய்வதா என்ற கண்டனக்குரல் எழுந்தது. ஆனால், முதலமைச்சர் ராஜாஜி வீட்டுக்கு முன்னால் மறியல் செய்தவர்களைத்தான் நாங்கள் கைது செய்கிறோம் என்றார்கள் காவல் துறை அதிகாரிகள். உடனடியாக முதலமைச்சர் வீட்டுக்கு முன்னால் மறியல் செய்ய வேண்டாம், அவர்கள் அனைவரும் பொது இடங்களில் மறியல் செய்யுங்கள் என்று கேட்டுக் கொண்டார் பெரியார்.

10 ஜூன் 1938. சென்னை கதீட்ரல் சாலையில் இந்தி எதிர்ப்புக் கூட்டம் ஒன்றுக்கு ஏற்பாடு செய்யப்பட்டது. அதில் சி.என். அண்ணாதுரை கலந்துகொண்டு பேசினார். அவர் பேசி மூன்று மாதங்கள் கழித்து அவர்மீது வழக்கு தொடுக்கப்பட்டு, நான்கு மாத சிறைத் தண்டனை வழங்கப்பட்டது. தலைவர்கள் கைது செய்யப்பட்டதும் போராட்டத்தைத் தொடரும் பொறுப்பை மாணவர்கள் ஏற்றனர். அவர்கள் இந்தி எதிர்ப்புக் கூட்டங்களுக்கு ஏற்பாடு செய்து, காவல்துறையினரின் பிடியில் சிக்காமல் இருக்கும் தலைவர்களைக் கொண்டு பேசச் செய்தனர்.

கும்பகோணத்தில் நடந்த இந்தி எதிர்ப்புக்கூட்டத்தில் பேசிய பட்டுக்கோட்டை அழகிரிசாமி, 'கட்டாய இந்தியை அறிமுகப் படுத்துவதே தமிழர்களின் முன்னேற்றத்தைத் தடுப்பதற்காகத் தான். ஆங்கிலக் கல்வி பார்ப்பனர் அல்லாதாரைப் பகுத்தறிவு வழியில் சுதந்தரமாகச் சிந்திக்கச் செய்வதைத் தடுப்பதற்காகவே

பார்ப்பனர்கள் ஆங்கிலத்தைப் பாடத்திட்டத்தில் இருந்து அகற்றப் பார்க்கிறார்கள். அந்த இடத்தில் இந்தியை நுழைக்கப் பார்க்கிறார்கள்' என்று பேசினார்.

கட்டாய இந்தியைப் பள்ளிகளில் அறிமுகப்படுத்துவது இந்தியாவைச் சமஸ்கிருதமயமாக மாற்றுவதற்கு பார்ப்பனர்கள் செய்த சதி என்று பேசினார் சென்னை சட்டமன்ற உறுப்பினராக இருந்த பி. கலிபுல்லா சாகிப். 'திராவிடர்களே, உங்கள் குரல் வளைக்குள் திணிக்கப்படும் இந்தியைத் தோளோடு தோள் நின்று தடுத்து நிறுத்துங்கள்' என்றார் பெரியார். கட்டாய இந்தியை அறிமுகப்படுத்திய ராஜாஜியின் முக்கிய நோக்கம் திராவிடர் களை வடவர்களிடமும் ஆரியர்களிடமும் ஒப்படைக்க வேண்டும் என்பதுதான் என்று பேசினார் நீதிக்கட்சியின் முக்கியத் தலைவர்களுள் ஒருவரான ஏ.டி. பன்னீர்செல்வம்.

1 ஜூலை 1938 அன்று இந்தி எதிர்ப்பு நாள் அனுசரிக்கப்பட்டது. இந்தி எதிர்ப்பு இயக்கத்தின் சார்பாக தமிழர் பெரும்படை ஒன்றை திருச்சியிலிருந்து சென்னை நோக்கி நடைப்பயணமாக வரவழைக்க ஏற்பாடுகள் செய்யப்பட்டன. சற்றேறக்குறைய நூறு பேர் கொண்ட இந்தி எதிர்ப்புப் படைக்கு யுத்த மந்திரியாக சுயமரியாதை இயக்கத்தின் பிரசார இதழான நகரதூதன் பத்திரிகையின் ஆசிரியர் மணப்பாறை ரெ. திருமலைசாமியும் படைத்தலைவராக பட்டுக்கோட்டை கே.வி. அழகிரிசாமியும் தேர்ந்தெடுக்கப்பட்டனர். அந்தப் படையில் பாவலர் பால சுந்தரம், திருப்பூர் மொய்தீன், மூவலூர் ராமாமிர்தம் அம்மையார் ஆகியோர் இடம்பெற்றிருந்தனர்.

1 ஆகஸ்டு 1938 அன்று திருச்சிக்கு அருகே உள்ள உறையூரில் இருந்து இந்தி எதிர்ப்புப் படை புறப்பட்டது. திருச்சி மாவட் டத்தைக் கடந்து, தென்னாற்காடு, செங்கற்பட்டு மாவட்டங் களின் வழியே சென்னை மாவட்டத்தை அடையும் வகையில் பயணத் திட்டம் வகுக்கப்பட்டிருந்தது. வழிநெடுக பாடல் ஒன்றைப் பாடியபடியே நடந்துவந்தனர். அந்தப் பாடலை எழுதியவர் கவிஞர் பாரதிதாசன். அந்தப் பாடல் இங்கே:

> இந்திக்குத் தமிழ்நாட்டில் ஆதிக்கமாம் – நீங்கள் எல்லோரும் வாருங்கள் நாட்டினரே!
>
> செந்தமிழுக்குத் தீமைவந்த பின்னும் இந்தத் தேகம் இருந்தொரு லாபமுண்டோ?

(இந்தி)

விந்தைத் தமிழ்மொழி எங்கள் மொழி! – அது வீரத் தமிழ் மக்கள் ஆவி என்போம்!

இந்திக்குச் சலுகை தந்திடுவார் – அந்த ஈனரைக் காறி உமிழ்ந்திடுவோம்!

(இந்தி)

இப்புவி தோன்றிய நாள் முதலாய் – எங்கள் இன்பத் தமிழ்மொழி உண்டு கண்டீர்!

தப்பிழைத் தாரிங்கு வாழ்ந்த தில்லை – இந்தத் தான்தோன்றி கட்கென்ன ஆணவமோ?

(இந்தி)

எப்பக்கம் வந்து புகுந்துவிடும்? – இந்தி எத்தனைப் பட்டாளம் கூட்டிவரும்?

அற்பமென்போம் அந்த இந்திதனை – அதன் ஆதிக்கந் தன்னைப் புதைத்திடுவோம்!

(இந்தி)

எங்கள் உடல் பொருள் ஆவியெலாம் – எங்கள் இன்பத் தமிழ் மொழிக்கே தருவோம்!

மங்கை ஒருத்தி தரும் சுகமும் – எங்கள் மாத்தமிழ்க் கீடில்லை என்றுரைப்போம்!

(இந்தி)

சிங்கமென்றே இளங் காளைகளே – மிகத் தீவிரங் கொள்ளுவீர் நாட்டினிலே!

பங்கம் விளைத்திடல் தாய்மொழிக்கே – உடற் பச்சை ரத்தம் பரிமாறிடுவோம்!

(இந்தி)

தூங்குதல் போன்றது சாக்காடு! – பின்னர் தூங்கி விழிப்பது நம் பிறப்பு!

தீங்குள்ள இந்தியை நாம் எதிர்ப்போம் – உயிர் தித்திப்பை எண்ணிடப் போவதில்லை!

(இந்தி)

மாங்குயில் கூவிடும் பூஞ்சோலை – எமை மாட்ட நினைக்கும் சிறைச்சாலை!

ஏங்கவிடோம் தமிழ்த் தாய்தனையே – உயிர் இவ்வுடலை விட்டு நீங்கும் வரை!

(இந்தி)

மொத்தம் 42 நாள்களுக்கு நீடித்தது அந்தப் பயணம். 11 செப்டெம்பர் 1938 அன்று அந்தப் பெரும்படை 577 மைல்கள் பயணம் செய்து சென்னை நகரை வந்தடைந்தது. 234 ஊர்களைக் கடந்து, 87 பொதுக் கூட்டங்களை நடத்தி வந்திருந்தது. அந்தப் படையினரை வரவேற்க சென்னைக் கடற்கரையில் எழுபதாயிரத்துக்கும் மேற்பட்டோர் திரண்டிருந்தனர். திருவல்லிக்கேணி கடற்கரையில் நடத்தப்பட்ட பாராட்டு விழாக் கூட்டத்தில் பெரியார், மறைமலையடிகள், நாவலர் சோமசுந்தர பாரதியார், நீதிக்கட்சித் தலைவர் பி.டி. ராஜன், சௌந்தர பாண்டிய நாடார், அண்ணாதுரை ஆகியோர் கலந்துகொண்டு பேசினர்.

நடராசன் – தாலமுத்து

5

இந்தித் திணிப்புக்கு எதிரான போராட்டங்களில் ஈடுபட்டுக் கைதானவர்கள் மீது குற்றவியல் (கிரிமினல்) சட்டத்தின்படி நடவடிக்கை எடுக்கப்பட்டது. அதற்கு சென்னை மாகாண சட்டமன்றத்தில் ஏ.டி. பன்னீர் செல்வம், ராஜா முத்தையா செட்டியார், அப்பாதுரை பிள்ளை உள்ளிட்டோர் எதிர்ப்பு தெரிவித்தனர்.

'கிரிமினல் சட்டத்தை சுதந்தரப் போராட்டக்காரர்கள்மீது வெள்ளைக்காரர்கள் ஏவியபோது அதனை அரசியல் மோசடிச் சட்டம் என்றும் முட்டாள்தனமான சட்டம் என்றும் சைத்தான் சட்டம் என்றும் கண்டித்துவிட்டு, இப்போது அதே சட்டத்தைக் கொண்டு இந்தி எதிர்ப்புப் போராட்டக்காரர்களை நசுக்குவது சரியான காரியமா?' என்று கேள்வி எழுப்பினர்.

இந்தி எதிர்ப்புப் போராட்டக்காரர்கள் மீது கிரிமினல் சட்டம் பாய்வதை முகமது அலி ஜின்னா, ரவீந்திரநாத் தாகூர் உள்ளிட்ட தலைவர்கள் கண்டித்தனர். கிரிமினல் சட்டத்தை ஏவியதன் மூலம் சென்னை மாகாண காங்கிரஸ் அரசு தனது நாணயத்துக்கும் கௌரவத்துக்கும் பெருத்த இழுக்கைத் தேடிக் கொண்டுள்ளது என்று எழுதியது லாகூரில் இருந்து வெளியாகும் டிரிப்யூன் பத்திரிகை.

அதற்கு பதிலளித்த முதலமைச்சர் ராஜாஜி, 'அந்நிய அரசை எதிர்ப்பது ஒன்று; சொந்த அரசை எதிர்ப்பது வேறு; இரண்டுக்கும் பெரிய வேறுபாடு உண்டு. எதிர்ப்பைச் சமாளிக்க அந்த ஆயுதத்தையே பயன்படுத்த வேண்டும்; தொடர்ந்து பயன்

படுத்துவேன்' என்றார். கிரிமினல் சட்டத்தின் மூலம் அடக்கு முறைகளைக் கையாளும் ஆட்சியாளர்கள் வருத்தப்படும் காலம் வெகுதூரத்தில் இல்லை என்று எச்சரித்தார் ஏ.டி. பன்னீர் செல்வம்.

அதன் தொடர்ச்சியாகவே பெண்களும் இந்தித் திணிப்புக்கு எதிரான போராட்டத்தில் பங்கேற்கவேண்டும் என்றும் மறியல் களில் கலந்துகொள்ள வேண்டும் என்றும் அழைப்பு விடுத்தார் மீனாம்பாள் சிவராஜ். இவர் சுயமரியாதை இயக்கத்தைச் சேர்ந்தவர். அந்த இயக்கத்தின் தீவிர பிரச்சாரகர்களுள் ஒருவர். தாழ்த்தப்பட்ட சமுதாயத்தைச் சேர்ந்த இவரைத்தான் இந்தி எதிர்ப்புப் போராட்டத்தின்போது சென்னை நகரில் பிரசாரம் செய்யும் பொறுப்புக்குத் தேர்வுசெய்திருந்தனர்.

சென்னையில் நடைபெற்ற தமிழ்நாடு பெண்கள் மாநாட்டில் வைத்து பெண்களுக்கு அழைப்புவிடுத்த மீனாம்பாள் சிவராஜ், தமிழ்மொழி மற்றும் தமிழ்ப்பண்பாட்டுக்காக மன உறுதியோடு போராட முன்வர வேண்டும் என்று பெண்களுக்கு கோரிக்கை விடுத்தார். 13 நவம்பர் 1938 அன்று சென்னை ஒற்றைவாடை அரங்கில் பெண்கள் மாநாடு கூடியது. மறைமலையடிகளின் மகள் நீலாம்பிகை அம்மையார் தலைமையில் கூடிய அந்த மாநாட்டில் பெரியார் சிறப்புரை ஆற்றினார்.

மாநாட்டில் மூவலூர் ராமாமிர்தம் அம்மையார், டாக்டர் தர்மாம்பாள், அலர்மேலுமங்கை தாயாரம்மாள், மஞ்சுளாபாய் சண்முகம், புவனேசுவரி (என்.வி. நடராசனின் துணைவியார்) உள்ளிட்டோர் கலந்து கொண்டனர். அந்த மாநாட்டுக்குப் பிறகு அதிக அளவிலான பெண்கள் இந்தித் திணிப்புக்கு எதிரான போராட்டங்களில் கலந்துகொண்டனர். மறியலில் ஈடுபட்ட மூவலூர் ராமாமிர்தம் அம்மையார், டாக்டர் தர்மாம்பாள், மலர்முகத்தம்மையார், பட்டம்மாள், சீத்தம்மாள் ஆகிய ஐந்து பெண்களும் கைது செய்யப்பட்டனர்.

போராட்டம் நாளுக்கு நாள் வலுக்கத் தொடங்கியதையடுத்து நீதிக்கட்சி மற்றும் சுயமரியாதை இயக்கப் பத்திரிகைகளுக்குக் கடிவாளம் போடத் தயாரானது மாகாண அரசு. குடி அரசு, விடுதலை, பகுத்தறிவு ஆகிய பத்திரிகைகள் தலா ஆயிரம் ரூபாயை ஜாமீனாகக் கட்டவேண்டும் என்று உத்தரவிட்டப் பட்டது.

அதன்பிறகும் போராட்டம் அடங்குவதாகத் தெரியவில்லை. ஆகவே, சுயமரியாதை இயக்கத் தலைவர் பெரியாரைக் கைதுசெய்ய முடிவுசெய்யப்பட்டது. 8 டிசம்பர் 1938 அன்று பெரியார் கைதானார். இந்தி எதிர்ப்புப் போராட்டத்தைத் தூண்டினார், பெண்களைப் போராட்டத்துக்குத் தூண்டினார் என்ற இரண்டு குற்றச்சாட்டுகள் அவர் மீது வைக்கப்பட்டன.

சென்னை ஜார்ஜ் டவுன் நீதிமன்றத்தில் நான்காவது நீதிபதியான மாதவராவ் பெரியார் மீதான வழக்கை விசாரித்தார். அப்போது நடந்த விசாரணையின்போது தொடக்கத்திலேயே, 'நான் எதிர் வழக்காடப் போவதில்லை. எனக்கு யாரும் வக்கீல் இல்லை' என்று சொல்லிவிட்டார் பெரியார். அதன்பிறகு சாட்சிகள் விசாரிக்கப்பட்டனர். அப்போது பெரியார் விரிவான வாக்கு மூலம் ஒன்றைக் கொடுத்தார்.

'நான் சம்பந்தப்பட்டிருக்கும் இந்தி எதிர்ப்புக் கிளர்ச்சியானது காங்கிரஸுக்கு விரோதமானது என்றும் காங்கிரஸ் கட்சி யினரைக் கவிழ்ப்பதற்காக என்றும் பார்ப்பன துவேஷம் கொண்டதென்றும் கனம் முதல் மந்திரியாரே (ராஜாஜி) சட்டசபையிலும் பொதுக்கூட்டங்களிலும் தெரிவித்திருக்கிறார். இந்தக் கோர்ட்டு காங்கிரஸ் மந்திரிகள் நிர்வாகத்துக்கு உட்பட்டது. நீதிபதியாகியத் தாங்களும் பார்ப்பன வகுப்பைச் சேர்ந்தவர். இவைதவிர, இந்தி எதிர்ப்புக் கிளர்ச்சியை ஒழிக்கவேண்டும் என்பதில் காங்கிரஸ் மந்திரிகள் அதிதீவிர உணர்ச்சி கொண்டிருக்கிறார்கள். அது விஷயத்தில் நியாயம், அநியாயம் பார்க்கவேண்டியது இல்லை என்றும் கையில் கிடைத்த ஆயுதத்தை எடுத்து உபயோகித்து ஒழித்தாக வேண்டும் என்றும் இந்தி எதிர்ப்புக் கிளர்ச்சியை திடீரென்று வந்து புகுந்த திருடர்கட்கு ஒப்பிட்டு கனம் முதன்மந்திரியார் கடற்கரைப் பொதுக்கூட்டத்தில் பேசியிருக்கிறார். நான் சம்பந்தப்பட்ட சுயமரியாதை இயக்கமும் தமிழர் இயக்கமும் இந்தி எதிர்ப்புக் கிளர்ச்சியும் ஜஸ்டிஸ் இயக்கமும் எதுவும் சட்டப்படி, சட்டத்துக்கு உட்பட்டு கிளர்ச்சி செய்யவேண்டும் என்ற கொள்கை கொண்டதே ஆகும். இதுவரை அக்கொள்கை மாற்றப் படவே இல்லை. ஆகவே, கோர்ட்டார் அவர்கள் தாங்கள் திருப்தியடையும் வண்ணம் அல்லது மந்திரிமார்கள் திருப்தி அடையும் வண்ணம், எவ்வளவு அதிக தண்டனை கொடுக்க முடியுமோ அவைகளையும், பழிவாங்கும் உணர்ச்சி திருப்தி

யடையும் வரைக்கும் எவ்வளவு தாழ்ந்த வகுப்பு கொடுக்க உண்டோ அதையும் கொடுத்து, இவ்வழக்கு விசாரணை நாடகத்தை முடித்துவிடும்படி வணக்கமாகக் கேட்டுக்கொள் கிறேன்.'

அந்த வழக்கில் பெரியாருக்குத் தண்டனை விதிக்கப்பட்டது. இரண்டு குற்றங்களுக்கும் தலா ஓராண்டு கடுங்காவல் சிறைத் தண்டனை; தலா ஆயிரம் ரூபாய் அபராதம். அபராதம் செலுத்த வில்லையென்றால் தலா ஆறு மாதங்கள் சிறைத்தண்டனை அதிகரிக்கப்படும். அபராதம் செலுத்த பெரியார் மறுத்ததைத் தொடர்ந்து சென்னை சிறையில் அடைக்கப்பட்டார் பெரியார்.

தண்டனை பெரியாருக்கு மட்டுமல்ல; அவருடன் சேர்ந்து போர்க்களத்துக்கு வந்த பெரும்பாலான போராட்டக்காரர் களுக்கும் சிறைத்தண்டனைகள் தரப்பட்டன. பட்டியல் வெகு நீளமானது. குறிப்பாக, செ.தெ. நாயகத்துக்கு 4 மாதங்கள், ஈழத் தடிகளுக்கு 9 மாதங்கள், சி.என். அண்ணாதுரைக்கு 9 மாதங்கள், மறை. திருநாவுக்கரசுக்கு 6 மாதங்கள், டி.ஏ.வி. நாதனுக்கு 4 மாதங்கள், கே.எம். பாலசுப்ர மணியத்துக்கு 6 மாதங்கள், அருணகிரிநாதருக்கு 2 ஆண்டுகள், பாவலர் பாலசுந்தரத்துக்கு மூன்று ஆண்டுகள், ஈ.வெ. கிருஷ்ணசாமிக்கு 6 மாதங்கள், விடுதலை ஆசிரியர் முத்துசாமி பிள்ளைக்கு 6 மாதங்கள்.

இதற்கிடையே இந்தித் திணிப்புக்கு எதிரான போராட்டத்தில் ஈடுபட்டு சிறையில் அடைக்கப்பட்டிருந்த நடராசன் என்ற இளைஞர் சிறையிலேயே மரணம் அடைந்துவிட்டதாகச் செய்தி வெளியானது. சென்னை பெரம்பூரைச் சேர்ந்த லட்சுமணன் என்பவரது மகன் நடராசன். தாழ்த்தப்பட்ட சமுதாயத்தைச் சேர்ந்த இவருக்கு இந்தித் திணிப்பின்மீது கடுமையான வெறுப்பு. அதன் காரணமாகவே போராட்டத்தில் கலந்து கொண்டார். 5 டிசம்பர் 1938 அன்று அவரைக் கைது செய்து சிறையில் அடைத்தனர் காவலர்கள். வழக்கின் முடிவில் ஆறுமாத சிறைத்தண்டனையும் ஐம்பது ரூபாய் அபராதமும் விதிக்கப்பட்டது.

சிறைச்சூழல் அவரை நோயாளியாக்கியது. வயிற்றுவலியால் துடித்த அவரை சென்னை பொது மருத்துவமனைக்கு அனுப்பி னர் காவலர்கள். சிகிச்சைகள் எதுவும் அவரை குணப்படுத்த வில்லை. போராட்டத்தில் கலந்துகொண்டது தவறு என்று

மன்னிப்புக் கடிதம் கொடுத்தால் விடுதலை செய்வதாகக் கூறினர் அதிகாரிகள். அதனை ஏற்க மறுத்த நடராசன், 15 ஜனவரி 1939 அன்று சிறையிலேயே மரணம் அடைந்தார். இந்தித் திணிப்புக்கு எதிராக நடந்த மொழிப்போரில் முதல் உயிர்த்தியாகம் நடராசனுடையதே. நடராசனின் இறுதி ஊர் வலத்தில் பத்தாயிரத்துக்கும் மேற்பட்டோர் கலந்துகொண் டனர். நடராசனின் தமிழ்வீரச் செய்கையை பொன் எழுத்துக் களில் பொறிக்கவேண்டும் என்று இரங்கலுரையில் பேசினார் சி.என். அண்ணாதுரை.

இந்தித் திணிப்பைத் தடுத்துநிறுத்தவேண்டும் என்றால் தமிழ் நாடு தனிநாடாகப் பிரியவேண்டும்; தமிழ்நாடு தமிழருக்கே என்ற கோஷங்களை முன்வைத்தார் பெரியார். அதற்கு ஆனந்த விகடன் மூலமாக பதில் கொடுத்தார் பிரபல எழுத்தாளர் கல்கி கிருஷ்ணமூர்த்தி. அந்தக் கட்டுரைக்கு அவர் வைத்த தலைப்பு, எலி வளை எலிகளுக்கே. கேலிக்கதை ஒன்றை எழுதி, சில விமரிசனங்களையும் முன்வைத்திருந்தார் கல்கி.

அந்தக் கதை இதுதான்.

ஒரு பழைய வீட்டில் எலிகள் வளை தோண்டி வசித்துக்கொண் டிருந்தன. ஒருநாளைக்கு அடுத்தவீட்டு மூஞ்சூறு அந்த வீட்டுக்கு வந்தது. வளைக்குள் யார் இருக்கிறார்கள் என்று எட்டிப்பார்த்தது. மூஞ்சூறு எட்டிப்பார்த்ததை வளைக்குள் இருந்த குட்டி எலி பார்த்துவிட்டது. தன்னைப் பிடித்துக் கொண்டு போகத்தான் அந்த மூஞ்சூறு வந்திருப்பதாக அது நினைத்து, 'வீல் வீல்' என்று கத்திற்று. பெரிய எலிகள் ஓடிவந்து என்ன ஏது என்று விசாரித்தன. உடனே குட்டி எலி, 'ஒரு பெரிய மூஞ்சூறு வந்த என்னைப் பிடித்துக் கொண்டு போவேன் என்று பயமுறுத்திற்று' என்றது.

உடனே எலிகள் ஒரு மகாநாடு கூட்டின. 'அது எப்படி அடுத்த வீட்டு மூஞ்சூறு வந்து நம்முடைய வளையில் தலையைக் காட்டலாம்' என்று காரசாரமாகப் பிரசங்கங்கள் செய்தன. முடிவில், 'எலி வளை எலிகளுக்கே' என்பதாக ஒரு பெரிய இயக்கத்தை ஆரம்பித்து நடத்தவேண்டும் என்று தீர்மானம் ஆயிற்று. அதுமுதல் வீட்டில் எலிகளின் கூச்சல் ரொம்ப அதிகமாகப் போயிற்று. எப்போ பார்த்தாலும், 'எலி வளை எலிகளுக்கே' என்ற கோஷம் கேட்டுக்கொண்டே இருந்தது.

வீட்டில் உள்ளவர்கள் பொறுத்துப் பொறுத்துப் பார்த்தார்கள். இனியும் பொறுத்துக்கொள்ளமுடியாது என்ற சூழ்நிலையில் வீட்டின் எஜமான் ஒரு கொல்லத்துக்காரனை அழைத்துவந்தான். எலி வளைகளையெல்லாம் மூடி, மேலே சிமெண்டு போட்டுக் கெட்டித்து விடும்படி கட்டளை இட்டான். அப்படியே எலி வளைகள் எல்லாம் மூடப்பட்டன. பிறகு எலி வளைகள் எலிகளுக்கே ஆயின, எலிகளும் எலி வளைகளுக்கே ஆயின!

இது என்ன பைத்தியக்காரக் கதையாயிருக்கிறதே என்றும் நேயர் கள் நினைக்கிறார்கள். நல்லது. ஒரு பைத்தியக்கார இயக்கத் துக்கு உபமானம் சொல்லவேணுமானால், உபமானமும் பைத்தியக்காரத் தனமாகத்தானே இருந்தாகவேண்டும்?'

இப்படி ஒரு கதையை எழுதியதோடு, 'தமிழ்நாடு தமிழருக்கே என்னும் கிளர்ச்சி ஒருசிலர் நடத்தும் அற்பக் கிளர்ச்சி ஆனாலும், அதனால் விளையக்கூடிய விபரீதமான பலன்களை எண்ணும் போது அது ஒரு பயங்கரமான கிளர்ச்சி என்றே சொல்ல வேண்டும். விஷம் ரொம்ப சொற்பமாய் இருந்தாலும், அது எவ்வளவோ உயிர்களை மாய்த்துவிடக்கூடும் அல்லவா?' என்றும் எச்சரித்திருந்தார்.

இதற்கிடையே 12 மார்ச் 1939 அன்று தாலமுத்து என்ற இளைஞரும் சிறைச்சாலைக் கொடுமை காரணமாக மரணம் அடைந்தார். தஞ்சாவூர் மாவட்டம் கும்பகோணத்தைச் சேர்ந்த வேல்முருகன் - மீனாட்சி தம்பதியரின் ஒரே மகனான தாலமுத்து தீவிர இந்தித்திணிப்பு எதிர்ப்பாளர். போராட்டத்தில் ஈடுபட்ட அவரைக் கைது செய்திருந்தனர் காவலர்கள். உடல்நிலை பாதிக்கப் பட்டு 10 மார்ச் 1939 அன்று மருத்துவமனையில் அனுமதிக்கப்பட்ட அவர், இரண்டாவது நாள் மரணம் அடைந்தார்.

இறந்துபோன உடலை உன்னிப்பாகக் கவனித்தபோது அவருடைய கைகளில் கயிற்றால் இறுக்கப்பட்டதன் காரணமாக உருவான தழும்புகள் தென்பட்டதால் தாலமுத்துவின் மரணம் சிறைக்கொடுமையால் நடந்தது என்பது தெரியவந்தது. நடராசன் – தாலமுத்து பற்றிப் பேசிய சி.என். அண்ணாதுரை, 'நாடார் திலகம் தோழர் தாலமுத்து இறந்தது காண மனம் கலங்குகிறது. என்னைப் பொறுத்தவரை தோழர்கள் நடராசன், தாலமுத்து ஆகியோர் மரணத்தை எனது அண்ணன், தம்பி மரணம் என்றே கருதுகிறேன்' என்றார்.

நடராசன், தாலமுத்துவின் மரணங்களும் பெரியாரின் கைதும் போராட்டத்தை அடுத்தக்கட்டத்துக்கு அழைத்துச் சென்றன. இந்தித் திணிப்பைக் கைவிடக்கோரியும் பெரியாரை விடுவிக்கக் கோரியும் போராட்டங்கள் தீவிரமடைந்தன. 167 நாள்களாக சிறையில் அடைக்கப்பட்டிருந்த பெரியாரை எந்தவிதமான முன்னறிவிப்பும் இல்லாமல் 22 ஏப்ரல் 1939 அன்று விடுதலை செய்தது அரசு. ஆனால் இந்தித் திணிப்பு உத்தரவு வாபஸ் பெறப்படவில்லை. போராட்டங்கள் தொடர்ந்தன.

இடைப்பட்ட காலத்தில் இரண்டாம் உலகப்போர் நடந்து கொண்டிருந்தது. இங்கிலாந்துடன் இணைந்து பிரிட்டிஷ் இந்தியாவும் யுத்தத்தில் கலந்துகொள்ளும் என்று அறிவித்தார் இந்திய வைஸ்ராய். ஆனால் அந்த அறிவிப்பில் காங்கிரஸ் தலைவர்களுக்கு விருப்பமில்லை. எங்களைக் கேட்காமல் எங்களை யுத்தத்தில் எப்படித் திணிக்கலாம் என்று கேள்வி எழுப்பினர். தங்கள் எதிர்ப்பை வெளிக்காட்டும் வகையில் எட்டு மாகாணங்களில் ஆட்சியில் இருந்த காங்கிரஸ் கட்சியினர் தங்களது பதவிகளை ராஜினாமா செய்தனர். அந்த அடிப்படையில் 28 அக்டோபர் 1939 அன்று சென்னை மாகாண முதலமைச்சர் ராஜாஜியும் பதவி விலகினார்.

சென்னை மாகாணத்தில் அட்வைசரி ஆட்சி (ஆலோசனைக்குழு ஆட்சி: ஆளுநருக்கு ஆலோசனை கொடுக்க அதிகாரிகள் மற்றும் அறிவுஜீவிகளைக் கொண்ட குழு) அமல்படுத்தப்பட்டது. அதனைத் தொடர்ந்து இந்தித் திணிப்புக்கு எதிரான போராட்டத்தில் ஈடுபட்டவர்கள் அனைவரும் விடுதலை செய்யப்பட்டனர். மேலும், இதுவரை அமல்படுத்தப்பட்ட பள்ளிகளில் இந்தி தொடரும் என்றும் இனி புதிதாக எந்தப் பள்ளியிலும் இந்தி திணிக்கப்படாது என்றும் அறிவிக்கப்பட்டது.

அரசின் அறிவிப்புகள் பெரியாரைத் திருப்திப்படுத்தவில்லை. கட்டாய இந்தியை முழுமையாக அகற்றும் வரை போராட்டம் தொடரும் என்று அறிவித்தார். தனது தலைமையில் மீண்டும் ஒரு போராட்டக்குழுவை உருவாக்கினார். அந்தக் குழுவின் செயலாளராகத் தேர்வுசெய்யப்பட்டவர் சி.என். அண்ணாதுரை.

இதுவே இறுதி எச்சரிக்கை. இனி பேச்சில்லை, செயலேதான். கட்டாய இந்தியைத் தவிடுபொடி ஆக்குவதே இனி வேலை. கட்டாய இந்தியைத் தொலைப்பாரா, இல்லையா? என்ன

சொல்கின்றார் இந்த ஆட்சியாளர்? என்று கேள்வி எழுப்பினார் பெரியார்.

அந்தக் கேள்விக்கான விடை 21 பிப்ரவரி 1940 அன்று அரசிடம் இருந்து வெளியானது. 'கட்டாய இந்தி முறை பொதுமக்களில் பெரும்பாலோரிடையே எதிர்ப்பையும் அதிருப்தியையும் விளைவித்திருக்கின்றது. முதல் மூன்று படிவங்களில் தேர்வுமின்றி, இந்தியைக் கட்டாயப் பாடமாக மட்டும் போதிப்பதால், மாணவர்களுக்கு அம்மொழியில் போதிய அறிவையோ, திறமையையோ ஏற்படுத்த முடியாது என்று அரசியலாருக்குத் தோன்றுகிறது. ஆகவே, அரசியலார் இந்திக் கட்டாயத்தை உடனே எடுத்துவிடுவது என முடிவுசெய்துவிட்டனர்.'

காங்கிரஸ் கட்சியின் ஆகப்பெரிய ஆயுதமான சத்தியாகிரகம் என்ற போராட்ட உத்தியைக் கொண்டே இந்தித் திணிப்புக்கு எதிரான முதலாம் கட்ட மொழிப் போராட்டம் வெற்றிபெற்றது!

இரண்டாம் கட்டம்

சர்வாதிகாரி அண்ணாதுரை

1

சில ஆண்டுகளாக நின்றுபோயிருந்த இந்தித் திணிப்பு முயற்சிகள் ஓமந்தூர் ராமசாமி ரெட்டியார் முதலமைச்சராக (பிரிமியர்) இருந்த காலத்தில்தான் மீண்டும் தொடங்கின. அப்போது சென்னை மாகாண அரசியலில் சில முக்கிய மாற்றங்கள் நடந்திருந்தன. சென்னை மாகாண அரசியலில் ஆதிக்கம் செலுத்திக் கொண்டிருந்த ராஜாஜி இந்தியாவின் கவர்னர் ஜெனரலாக ஆகியிருந்தார். அரசியல் கட்சியான நீதிக்கட்சி, சமூக சீர்திருத்த இயக்கமான சுயமரியாதை இயக்கம் இரண்டையும் திராவிடர் கழகம் என்ற பெயரில் ஒன்றாக இணைத்து வழிநடத்திக் கொண்டிருந்தார் பெரியார்.

இந்நிலையில் ஓமந்தூரார் தலைமையிலான காங்கிரஸ் அரசு மொழிப்பாடம் தொடர்பாக 20 ஜூன் 1948 அன்று உத்தரவு ஒன்றைப் பிறப்பித்தது. அதன்படி, சென்னை மாகாணத்தின் தமிழ் வழங்கும் பகுதிகளில் இந்தி மொழி விருப்பப் பாடமாகவும் தெலுங்கு, மலையாளம், கன்னடம் ஆகிய மொழி வழங்கும் பகுதிகளில் கட்டாயப் பாடமாகவும் இருக்கும்!

இத்தனைக்கும் 1946 ஆம் ஆண்டு கல்வி முறை பற்றி ஆராய் வதற்காக அமைக்கப்பட்ட நிபுணர் குழு இந்தியைக் கட்டாயப் பாடமாக வைக்கக்கூடாது என்று பரிந்துரை செய்திருந்தது. ஆனால் அந்தப் பரிந்துரையைப் புறக்கணித்திருந்தது ஓமந் தூரார் அரசு. இதனைச் சுட்டிக்காட்டிய தமிழ் உணர்வாளர்கள், இந்தித் திணிப்புக்கு எதிராகக் கண்டனங்களைப் பதிவு செய்தனர்.

இந்நிலையில் இந்தி மொழிக்கு ஆதரவானவர்கள் வேறொரு கருத்தை வெளியிட்டனர். மற்ற பகுதிகளில் இந்தி கட்டாயம் என்று சொல்லிவிட்டு, தமிழ் வழங்கும் பகுதிகளுக்கு மட்டும் இந்தி விருப்பம் சார்ந்தது என்று சொல்வதை ஏற்கமுடியாது என்றனர். அதனைத் தொடர்ந்து தமிழ் வழங்கும் பகுதிகளிலும் இந்தி கட்டாயப் பாடம் என்று அரசின் உத்தரவு திருத்தப் பட்டது. அந்தத் திருத்தம் நுணுக்கமானது.

இந்தி, சமஸ்கிருதம், அரபி, தெலுங்கு, மலையாளம், கன்னடம் ஆகிய மொழிகளை இரண்டாவது பாடமொழியாக மாற்றி, இவற்றில் ஏதேனும் ஒன்றைக் கட்டாயம் படிக்கவேண்டும். அந்த மொழிப் பாடத்தில் நடக்கும் பள்ளித் தேர்வுகளில் மாணவர்கள் கண்டிப்பாகத் தேர்ச்சி பெறவேண்டும் என்று உத்தரவிடப்பட்டிருந்தது. ஆனால் இந்தி தவிர ஏனைய மொழி களைக் கற்றுக்கொடுப்பதற்குப் போதுமான எண்ணிக்கையில் ஆசிரியர்களை நியமிக்காமல் இப்படியொரு உத்தரவைப் போட்டிருப்பது இந்தியை மட்டுமே படிக்கச்செய்வதற்கான தந்திரமான முயற்சி என்று கண்டித்தது திராவிடர் கழகம்.

'இந்தி - இதமாக முதலில்!

இந்தி - இலாப நோக்கத்துடன் பிறகு!

இந்தி - இறுமாப்புடன் இறுதியில்!

தமிழ், இந்தி - முதலில்!

இந்தி, தமிழ் - பிறகு!

இந்திமட்டும் - இறுதியில்!

இதுதான் மேலிடத்தின் வேலைத்திட்டம்

என்று எழுதினார் அண்ணா.

முதலமைச்சர் ஓமந்தூர் ராமசாமியை பெரியார் நேரில் சந்தித்துப் பேசினார். கல்வி அமைச்சர் அவினாசி லிங்கம் செட்டியாரிட மும் பேசினார். எப்படியேனும் இந்தித் திணிப்பு ஆணையை ரத்துசெய்ய வேண்டும் என்று கோரிக்கை விடுத்தார். ஆனால் அந்த முயற்சிகள் வெற்றிபெறவில்லை. இனி போராட்டம் நடத்துவதைத் தவிர வேறு வழியில்லை என்ற சூழ்நிலையில் 17 ஜூலை 1948 அன்று சென்னையில் உள்ள புனித மேரி மண்ட

பத்தில் இந்தித் திணிப்பு எதிர்ப்பாளர்கள் மாநாடு ஒன்றுக்கு அழைப்பு விடுக்கப்பட்டது.

திராவிடர் கழகத்தினர், தமிழ் அறிஞர்கள், தமிழ் ஆர்வலர்கள் உள்ளிட்ட பலரும் அந்த மாநாட்டில் கலந்துகொண்டனர். மறைமலை அடிகள் தலைமையில் தொடங்கிய அந்த மாநாட்டில் பெரியார், திரு.வி. கலியாணசுந்தர முதலியார், ம.பொ. சிவஞானம், கவிஞர் பாரதிதாசன், அண்ணா, நாரண. துரைக்கண்ணன், டாக்டர் தர்மாம்பாள், அருணகிரி அடிகள் உள்ளிட்டோர் கலந்துகொண்டனர்.

இந்தித் திணிப்புக்கு எதிராக முக்கியத் தலைவர்கள் பலரும் பேசினர். அண்ணா பேசும்போது, 'மறைமலை அடிகளாரும் திரு.வி.க அவர்களும் இந்தி நுழைவால் தமிழ் கெடும், தமிழ் கலாசாரம் கெடும் என்று அழுத்தம் திருத்தமாகக் கூறிவிட்ட பிறகு, அவர்கள் சாட்சியம் நமக்குக் கிடைத்துவிட்ட பிறகு போர் முழக்கம் செய்வது தவிர நமக்கு வேறென்ன வேலையிருக் கிறது?' என்று கேட்டார்.

பிறகு பேசிய பெரியார், 'திராவிட நாட்டில் உள்ள ஒவ்வொரு ஆணும் பெண்ணும் சிறுவனும் சிறுமியும் இந்தித் திணிப்பை எதிர்க்க முன்வரவேண்டும். நமது பிரிவினை உணர்ச்சியை ஒழிக்கத்தான் அவசர அவசரமாக இந்தியைக் கொண்டுவந்து புகுத்துகிறார்கள். இது எல்லோரும் ஒன்றுசேரக் கூடிய நல்வாய்ப்பாக இருக்கிறது' என்று பேசினார்.

2 ஆகஸ்டு 1948. திராவிடர் கழகத்தின் செயற்குழு பெரியார் தலைமையில் கூடி இந்தி எதிர்ப்புப் போராட்டங்களை நடத்துவது தொடர்பாக ஆலோசனை நடத்தியது. அதனைத் தொடர்ந்து சில முக்கியத் தீர்மானங்கள் நிறைவேற்றப்பட்டன.

தமிழ்நாட்டில் ஒன்று முதல் ஆறாம் வகுப்பு வரையில் இந்தி மொழி கட்டாயப் பாடமில்லை என்று முதலில் சொன்ன அரசாங்கம், ஒரு சிலரின் தூண்டுதலால் இப்போது இந்தியைக் கட்டாயப் பாடமாக ஆக்கியிருக்கிறது. இதனை திராவிடர் கழக செயற்குழு கண்டிக்கிறது என்பது ஒரு தீர்மானம்.

இந்தியை விருப்பப் பாடமாகவோ, கட்டாயப் பாடமாகவோ மேற்கண்ட வகுப்புகளில் வைக்கக்கூடாது என்று அரசுக்குக் கோரிக்கை விடுக்கிறது என்பது இன்னொரு தீர்மானம்.

பொதுமக்களின் கோரிக்கையையோ, திராவிடர் கழகத்தினரின் கருத்தையோ, தமிழ் ஆர்வலர்களின் எதிர்ப்பையோ அரசாங்கம் கண்டுகொள்ளாததால் திராவிடர் கழகம் இந்தித் திணிப்புக்கு எதிராக நேரடி நடவடிக்கையில் இறங்குகிறது. பள்ளிகளில் மறியல் செய்வது, படை, ஊர்வலம், பொதுக் கூட்டங்கள், மந்திரிகளைப் புறக்கணித்தல் ஆகியவற்றின்மூலம் மக்களின் எதிர்ப்புணர்வுகளை வெளிப்படுத்த இருக்கிறது என்பது மூன்றாவது தீர்மானம்.

ஒருவேளை, மேற்கூறிய போராட்டங்களை நடத்துவதற்கு அரசாங்கம் தடை விதிக்கும் பட்சத்தில் அந்தத் தடைகளை மீறுவது என்றும் அந்தச் செயற்குழுவில் தீர்மானிக்கப்பட்டது.

அதன்படி சென்னை முத்தியால்பேட்டை உயர்நிலைப் பள்ளிக்கு எதிரே மறியல் நடத்துவது என்றும் அந்தப் போராட்டத்துக்கு அண்ணா 'சர்வாதிகாரியாக' செயல்படுவார் என்றும் அறிவிக்கப் பட்டது. திட்டமிட்டபடி 10 ஆகஸ்டு 1948 அன்று போராட்டம் தொடங்கியது. சர்வாதிகாரி அண்ணா, படைத் தலைவர் சி.டி.டி. அரசு உள்ளிட்டோர் மாணவர்களைச் சந்தித்து, 'கட்டாய இந்தியை எதிர்க்கவேண்டும்' என்று கேட்டுக் கொண்டனர். காலையிலும் மாலையிலும் தொடர்ச்சியாக மறியல்கள் நடந்தன. மறியலில் ஈடுபட்டவர்கள் கைது செய்யப்பட்டனர். கண்ணீர்ப்புகை வீச்சும் தடியடியும் துப்பாக்கிச்சூடுகளும் நடந்தன.

இந்தித் திணிப்புக்கு எதிரான போராட்டங்கள் எழுச்சியுடன் நடந்துகொண்டிருந்த சமயத்தில் 22 ஆகஸ்டு 1948 அன்று சென்னையில் திராவிடர் கழகச் செயற்குழு கூடியது. போராட் டத்தை மேலும் தீவிரப்படுத்துவது குறித்து ஆலோசிக்கப்பட்ட அந்தக் கூட்டத்தில் பெரியார், அண்ணா, ஈ.வெ.கி.சம்பத் உள்ளிட்ட பலரும் பங்கேற்றனர். மறுநாள் சென்னை வரவிருந்த இந்திய கவர்னர் ஜெனரல் ராஜாஜிக்கு எதிராகக் கறுப்புக்கொடி ஆர்ப்பாட்டம் நடத்த முடிவு செய்யப்பட்டது.

'வடநாட்டு ஆதிக்க, சுரண்டல், முதலாளித்துவ, வர்ணாசிரம ஆட்சியின் கண்காணியாகத் தென்னாட்டுக்கு நீர் பவனி வருவதால், உயர்தனிச் செம்மைத் தமிழ்மொழியைச் சிதைத்து அதன் மூலம் திராவிட மக்களின் கலை, நாகரிகப் பண்புகளை அழித்தொழித்து, ஆரிய வடவர்க்கு அடிமையாக்கும் திட்டத்தில்

இங்கு இந்தி மொழியைப் புகுத்தச் செய்து, அதன் எதிரொலி எப்படியிருக்கிறதென்று வேவு பார்க்க வருவதால், உம்மை பகிஷ்கரிக்காவிடில் வடநாட்டு ஆட்சி அக்கிரமத்தை ஒப்புக் கொண்டவர்களாவோம்; பயங்காளியாகப் பின்னடைந்தவர் களாக ஆவோம், நாட்டு மக்களுக்குத் துரோகம் செய்தவர் களாவோம்' என்று போராட்டத்துக்கு ஆதரவாக செய்தி வெளியிட்டது விடுதலை நாளிதழ்.

கறுப்புக்கொடிப் போராட்டத்தை ஒடுக்கும் வகையில் ஆலோ சனைக் கூட்டத்தில் கலந்துகொண்ட தொண்ணூறுக்கும் மேற் பட்டோரை முன்கூட்டியே கைது செய்தது காவல்துறை. ஆனாலும் தொண்டர்களின் கூட்டுமுயற்சியால், தடியடி களுக்கும் கண்ணீர்ப்புகை குண்டுகளுக்கும் மத்தியில் கறுப்புக் கொடிப் போராட்டம் நடந்தது. சென்னையில் வைத்து கவர்னர் ஜெனரல் ராஜாஜி, மாகாண ஆளுநர் பவநகர் மகாராஜா ஆகியோருக்குக் கறுப்புக்கொடிகள் காட்டப்பட்டன.

ராஜாஜிக்குக் கறுப்புக்கொடி காட்டிய தமிழ்ப்புலவர் கா. அப்பாத்துரையும் அவரது மனைவியும் காவலர்களின் கடுமை யாக தாக்குதலுக்கு ஆளாகினர். காஞ்சிபுரத்தில் முதலமைச்சர் ஓமந்தூராருக்கும் காவேரிப்பாக்கத்தில் கல்வி அமைச்சர் அவினாசிலிங்கம் செட்டியாருக்கும் ஆலந்தூரில் அமைச்சர் மாதவனுக்கும் திண்டுக்கல்லில் அமைச்சர் சந்திரமௌலிக்கும் கறுப்புக்கொடிகள் காட்டப்பட்டன. போராட்டத்தில் ஈடு பட்டவர்களைக் கொத்துக்கொத்தாகக் கைதுசெய்து சிறையில் அடைத்தனர் காவல்துறையினர். கறுப்புக்கொடி ஆர்ப்பாட்டத் தில் ஈடுபட்டவர்கள் மீது நடத்தப்பட்ட தடியடி, போராட்ட வேகத்தைத் தீவிரப்படுத்தியது.

இந்தி விஷயத்தில் வீம்பு வேண்டாம்

2

தமிழகத்தில் இந்தித் திணிப்புக்கு எதிரான உணர்வுகள் மெல்ல மெல்லப் பொங்கியெழுந்த சமயத்தில் அண்டைப் பகுதியான ஐதராபாத்தில் போர்ச்சூழல் உருவானது. சமஸ்தான இணைப்பில் மத்திய அரசு தீவிரம் காட்டிவந்த சமயத்தில் ஐதராபாத் சமஸ்தானம் இந்தியாவுடன் இணைவதற்கு முரண்டு பிடித்தது. விளைவு, ஐதராபாத் நிஜாமின் ரசாக்கர் படைகளுக்கு எதிராக இந்திய ராணுவம் நடவடிக்கையில் இறங்கியிருந்தது.

ஐதராபாத்தில் உள்ள கலவரச் சூழல் வேறு. இங்கே இருக்கும் உணர்ச்சிக் கொந்தளிப்பு வேறு. இரண்டும் ஒன்றாகி, மிகப் பெரிய கலவரங்கள் ஏதும் ஏற்பட்டுவிடாமல் தடுக்கும் வகையில் இந்தி எதிர்ப்புப் போராட்டத்தின் வேகத்தைச் சற்றே குறைத்துக்கொள்வது என்று போராட்டக்குழு முடிவெடுத்தது.

16 செப்டெம்பர் 1948 அன்று இந்தித் திணிப்புக்கு எதிரான போராட்டம் தாற்காலிகமாக ஒத்திவைக்கப்படுவதாக அறிவித் தார் பெரியார். இது இந்தி எதிர்ப்புப் போராட்டத்தில் ஈடுபட்டிருந்தவர்களை சோர்வடையச் செய்தது. அவர்களைத் தேற்றும் பொறுப்பை அண்ணா கையில் எடுத்துக்கொண்டார்.

'போராட்டம் தீவிரமாகவும் வெற்றியை நோக்கியும் சென்று கொண்டிருப்பதில் எந்தச் சந்தேகமும் இல்லை. என்றாலும், ஐதராபாத்தில் நடந்துகொண்டிருக்கும் யுத்தம் முடிவுக்கு வரும் வரைக்கும் நம்முடைய நேரடி நடவடிக்கைகளை நிறுத்தி வைக்கச் சொல்லியிருக்கிறார் பெரியார்.' என்றார். அதன்

அர்த்தம், ஐதராபாத் யுத்தம் முடிந்ததும் மொழிப்போர் மீண்டும் தொடங்கும் என்பதுதான்.

ஐதரபாத் நிஜாம் சரண் அடைந்து, யுத்தம் முடிவுக்கு வந்தபிறகும் கூட இந்தி விஷயத்தில் இந்திய அரசின் நிலைப்பாடு மாற வில்லை. அதிருப்தியடைந்தார் பெரியார். 'மீண்டும் இந்தித் திணிப்புக்கு எதிரான போராட்டங்கள் தொடங்கும். அப்போது அரசாங்கம் அதனை ஒடுக்கமுயலும். தடியடிகள், துப்பாக்கிச் சூடு என்று எதுவேண்டுமானாலும் நடக்கலாம். ஆனாலும் எங்கள் அழைப்பு வந்ததும், மாணவர்கள் பள்ளி, கல்லூரிகளில் இருந்து வெளியே வாருங்கள். படிப்பைப் பிறகு பார்த்துக் கொள்ளலாம். அல்லது சிறையிலேயே பள்ளி நடத்தலாம். ஆசிரியர்களையும் உடன் அழைத்துவாருங்கள்' என்று அழைப்பு விடுத்தார்.

அதன் தொடர்ச்சியாக 23 அக்டோபர் 1948 அன்று ஈரோட்டில் திராவிடர் கழக மாநாடு கூடியது. மாநாட்டுக்குத் தலைமை வகித்துப் பேசினார் அண்ணா.

'மறியல் தொடங்குவதற்கு முன்னரே நமது கோரிக்கையிலுள்ள நியாயத்தை எடுத்துச் சொன்னோம். நாடாளும் சர்க்கார் அவற்றைக் கேட்க மறுத்தது. காரணங்கள் பல காட்டினோம். காதுகொடுக்க மறுத்தது. இந்தியைக் கட்டாயமாக்க வேண்டாம் என்று நாம் கெஞ்சினோம். அவர்கள் மிஞ்சினார்கள். புலவர் களைக் கொண்டு புத்திகூறச் செய்தோம்; புன்மையாளர்கள் மதித்தனர் இல்லை. கலை நிபுணர் கல்யாண சுந்தரனாரும் தமிழ்க்கடல் மறைமலை அடிகளாரும் இந்தியால் தமிழ் கெடும் என்று கூறிவிட்டபின்னர் முதன்மந்திரி ஓமந்தூர் ரெட்டியாரும் அமைச்சர் அவினாசியாரும், 'கெடாது, கெடாது' என்று எவ் வளவுதான் கூறினாலும் பொதுமக்களால் இவர்கள் வார்த்தையில் எப்படி நம்பிக்கை கொள்ளமுடியும்? வாதாடிப் பார்த்தோம். பயனில்லை. மறியலைக் கொஞ்சம் நிறுத்தியும் பார்த்தோம். புத்தி வரவில்லை. இந்த நிலையில் ஐதராபாத் போரும் நின்று விட்டது. எனவே, அறப்போர் மீண்டும் தொடங்க வேண்டியது தான். தொடங்கும் நாளை தலைவர் அறிவிப்பார்.'

இந்தித் திணிப்புக்கு எதிரான போராட்டங்களை மீண்டும் 1948 நவம்பர் முதல் தேதி முதல் நடத்துவது என்று மாநாட்டில் முடிவு

செய்யப்பட்டது. கட்டாய இந்திக்கு எதிராக மறியல் நடத்துங் கள்; அரசு தடைவிதித்தால் அதையும்மீறி மறியல் செய்யுங்கள்; கைது செய்து வழக்கு தொடர்ந்தால் ஜாமீனில் வெளியே வராதீர்கள்; எதிர்வழக்கு ஆடாதீர்கள்; அபராதம் விதித்தால் செலுத்தாதீர்கள் என்பன உள்ளிட்ட அறிவுரைகள் போராட்டக் காரர்களுக்குத் தரப்பட்டன.

30 அக்டோபர் 1948 அன்று சென்னை ஜிம்கானா திடலில் திரு.வி.கலியாண சுந்தரனார் தலைமையில் பொதுக்கூட்டம் நடத்தப்பட்டது. ஆட்சியாளர்களே, ஆணவத்தால் அழியாதீர். நாட்டு மக்களின் மனதை நன்கு அறிந்து நான் கூறுகிறேன். இந்தி விஷயத்தில் வீம்பு வேண்டாம். வீண் பிடிவாதம் வேண்டாம். கட்டாயத்தை விட்டுவிடுங்கள். கபடம் வேண்டாம். கர்வம் வேண்டாம். பெரியாரைப் பகைத்துக்கொள்ள வேண்டாம். இன்றிரவே யோசித்து ஒரு முடிவுக்கு வாருங்கள். அறப்போர் தொடங்குவதற்குள் நாளைய தினமே ஒரு உத்தரவை வெளி யிடுங்கள், கட்டாய இந்தியைக் கைவிட்டுவிட்டோம் என்று. அறவழி நாடுங்கள். அன்பு மார்க்கம் தேடுங்கள் என்று அறிவுரை வழங்கினார்.

அறிவித்தபடியே இந்தித் திணிப்புக்கு எதிரான போராட்டம் மீண்டும் வலுக்கத் தொடங்கியது. பல மாவட்டங்களிலும் போராட்டங்கள் தீவிரம் அடைந்ததைத் தொடர்ந்து, கும்ப கோணம், தூத்துக்குடி, மதுரை, கோவில்பட்டி, திருக்கோவிலூர், திருவாரூர், நன்னிலம், கொடவாசல், பேரளம், கல்லக்குறிச்சி, விழுப்புரம், வேலூர் ஆகிய இடங்களில் பொதுக்கூட்டங்கள் நடத்துவதற்கு அரசு தடை விதித்தது. என்றாலும், தடையை மீறிப் பொதுக்கூட்டங்களும் மறியல்களும் நடந்தன. அதற்குப் பதிலடியாகத் தடியடி நடத்தியது காவல்துறை.

போராட்டத்தில் ஈடுபட்ட பெரியார், கே.கே. நீலமேகம், என்.வி. நடராசன், கே.ஏ. மணியம்மை உள்ளிட்டோர் கைது செய்யப் பட்டனர். அவர்கள் மீது வழக்கு தொடரப்பட்டு, சிறைத் தண்டனைகள் வழங்கப்பட்டன. இவர்களில் என்.வி. நடராசனைக் கைதுசெய்த காவலர்கள், அவருடைய உடலில் இருந்து ரத்தம் வரும்வரைக்கும் தாக்கியதோடு, அவருக்குக் கைவிலங்கு போட்டபடியே வீதியில் அழைத்துச் சென்றனர். போராட்டத்தில் ஈடுபட்டால் என்ன கதி ஏற்படும் என்பதை

போராட்டத்தில் ஈடுபடுவோருக்குப் புரியவைக்க காவலர்கள் பயன்படுத்திய உத்தி அது.

★

சென்னை மாகாணத்தில் இந்தித் திணிப்புக்கு எதிரான போராட்டங்கள் நடந்துகொண்டிருந்த சமயத்தில் இந்தி மொழி குறித்து தேசிய அளவிலான விவாதம் எழுந்தது. குறிப்பாக, சுதந்தர இந்தியாவின் ஆட்சி மொழி எது என்பது குறித்த விவாதங்கள் தேசிய அளவில் எழுந்தன. ஒரு நாட்டில் சட்டமன்றம் தொடங்கி நீதிமன்றம் வரை எந்தமொழி கையாளப்படுகிறதோ அதன் பெயரே ஆட்சிமொழி.

இந்திய அரசியல் நிர்ணய சபை 4 நவம்பர் 1948 அன்று கூடியது. அந்தக் கூட்டத்தில் மொழிப்பிரச்னை குறித்து விவாதிக்கப் பட்டது. அதில் பேசிய எல்.கே. மெய்திரா என்ற உறுப்பினர், 'நம்முடைய நாடாளுமன்றத்தில் இந்தி மொழியில் பேசா விட்டால் சுதந்தரம் என்பது அர்த்தமற்ற ஒன்றாக மாறிவிடும்' என்றார். அவருடைய கருத்துக்கு வேறு சில உறுப்பினர்களும் ஆதரவு தெரிவித்தனர். ஆனால் இந்தக் கருத்தை தென்னகத்தைச் சேர்ந்த டி.டி. கிருஷ்ணமாச்சாரி ஏற்கவில்லை.

'தென்னக மக்கள் சார்பாக ஒரு எச்சரிகையைத் தெரிவிக்க விரும்புகிறேன். தென்னாட்டில் ஏற்கெனவே பிரிவினை கேட்கும் சக்திகள் (திராவிடர் கழகம்) உள்ளன. அவற்றின் பலத்தை நாம் முடிந்தவரை கட்டுப்படுத்த முயற்சிசெய்ய வேண்டும். உத்தரபிரதேசத்தில் இருந்து வந்துள்ள நண்பர்கள் இதற்கு ஒத்துழைப்பு தருவதற்குப் பதிலாக இந்தி ஏகாதிபத்தியம் என்ற சவுக்கடியைக் கொடுக்கிறார்கள்' என்றார் டி.டி. கிருஷ்ணமாச்சாரி.

நாம் ஏற்கெனவே கூறியபடி, காந்தி முன்னிறுத்திய இந்துஸ் தானி விவாதக் களத்தில் இருந்து முற்றிலுமாக அகற்றப்பட்டு, அந்த இடத்துக்கு இந்தி வந்திருந்தது. மொழி விவகாரத்தில் அரசியல் நிர்ணய சபை உறுப்பினர்கள் இந்தி ஆதரவாளர்கள், ஆங்கில ஆதரவாளர்கள் என்று இரண்டு கூறுகளாகப் பிரிந்து நின்று விவாதத்தில் ஈடுபட்டனர். வாக்குவாதம் கூர்மையடை வதற்குப் பதிலாக கடுமையடைந்தது. அப்போது பேசிய பிரதமர்

நேரு, ‘அவசரம் காட்டினால் நமது நோக்கங்கள் நிறைவேறாது. சிறுபான்மையினர் மீது அவர்கள் விரும்பாத ஒன்றை பெரும் பான்மை கொண்டு திணிக்க முற்பட்டால், இந்த அவையோ அல்லது நாடோ எதை அடைய விரும்புகிறதோ அதற்கு வெற்றி கிடைக்காது’ என்றார்.

மொழி விவகாரத்தில் இந்திய அரசியல் நிர்ணய சபையின் தலைவர் ராஜேந்திர பிரசாத்துக்கும் பிரதமர் நேருவுக்கும் இடையே கருத்துவேறுபாடுகள் ஏற்பட்டன. சுதந்தர இந்தியா வின் அரசியல் சட்டம் இந்தியில் நிறைவேற்றப்பட்டதாக இருக்கவேண்டும் என்றார் ராஜேந்திர பிரசாத். ஆனால் அரசியல் சட்டம் ஆங்கிலத்தில்தான் இருக்கவேண்டும். இந்தி மொழி யாக்கத்தை அங்கீகரித்தால் ஒவ்வொரு இந்தி சொல்லுக்கும் பொருள் கொள்வது தொடர்பாக அவையில் காரசாரமான விவாதங்கள் ஏற்படும். ஒருமித்த கருத்து ஏற்படாது. நேரம் விரயமாகும் என்றார் பிரதமர் நேரு.

இந்தியா, ஆங்கிலமா என்பது தொடர்பாக ராஜேந்திர பிரசாத் துக்கும் நேருவுக்கும் இடையே கடிதப் பரிவர்த்தனைகள் நடந்தன. ஆனால் இருவருமே தத்தமது நிலையில் உறுதியாக இருந்தனர். இதனால் ஆட்சிமொழி பற்றிய விவாதங்க்ள் தாற்காலிகமாக ஒத்திவைக்கப்பட்டன. பின்னர் 8 ஆகஸ்டு 1949 அன்று இந்திய அரசியல் சட்ட நிர்ணய சபை மீண்டும் கூடியது. அதில் பல்வேறு யோசனைகள் முன்வைக்கப்பட்டன.

முக்கியமாக, முதல் பத்து ஆண்டுகளுக்கு இந்தி அல்லது ஆங்கி லத்தை ஆட்சிமொழியாகப் பயன்படுத்தலாம் என்ற யோசனை சொல்லப்பட்டது. ஆனால் ஆங்கில ஆதரவாளர்களோ, ‘அல்லது’ என்ற பதத்தைப் பயன்படுத்தி ஆங்கிலத்தை அப்புறப் படுத்தப்பார்க்கிறீர்கள் என்று குற்றம்சாட்டினர். மேலும், முதல் பதினைந்து ஆண்டுகளுக்கு ஆங்கிலம் மட்டுமே ஆட்சிமொழி யாக இருக்கவேண்டும். இந்தியைத் திணிக்கக்கூடாது. நாடாளு மன்றத்தில் மூன்றில் இரண்டு பங்கு உறுப்பினர்கள் விரும்பினால் ஆங்கிலத்துடன் இந்தியையும் முதல் பதினைந்து ஆண்டு காலத்துக்கு ஆட்சிமொழியாகப் பயன்படுத்தலாம் என்றனர்.

வாதப் பிரதிவாதங்கள் நீடித்துக்கொண்டே சென்றதே தவிர, உடன்பாடு எதுவும் எட்டப்படவில்லை. அதனைத் தொடர்ந்து

மத்திய ஆட்சிமொழி தொடர்பாகப் பொது உடன்பாடு காண்பதற்கு வசதியாகக் குழு ஒன்றை அமைக்க முடிவுசெய்யப்பட்டது. இது அரசின் சார்பாக அமைக்கப்பட்ட குழு அல்ல; காங்கிரஸ் கட்சியின் நாடாளுமன்றக் குழுவுக்கு ஆலோசனை கூறுவதற்காக, அவர்களுக்கு இடையே ஒருமித்த கருத்தை ஏற்படுத்துவதற்காக அமைக்கப்பட்ட குழு!

முன்ஷி – அய்யங்கார் திட்டம்

3

இந்தியாவின் ஆட்சிமொழி எது என்பதில் மத்திய சட்டமன்ற (நாடாளுமன்ற) காங்கிரஸ் உறுப்பினர்கள் இடையே கருத்து வேறுபாடுகள் ஏற்பட்டிருந்தன. அவற்றைக் களைந்து ஒரு தீர்க்கமான முடிவுக்கு வரவேண்டும் என்பதற்காகக் குழு ஒன்று அமைக்கப்பட்டது. என். கோபாலசாமி அய்யங்கார், டி.டி. கிருஷ்ணமாச்சாரி, அல்லாடி கிருஷ்ணசாமி அய்யர், கே.எம். முன்ஷி, டாக்டர் பி.ஆர். அம்பேத்கர், சாதுல்லா, எம்.என்.ராய், அபுல் கலாம் ஆசாத், பண்டித பந்த், புருஷோத்தம தாஸ் தாண்டன், பாலகிருஷ்ண சர்மா, சியாமா பிரசாத் முகர்ஜி, கே. சந்தானம் ஆகியோர் இடம்பெற்றனர்.

ஆட்சிமொழி பற்றிய ஆய்வு மற்றும் ஆலோசனைப் பணிகள் முடிந்ததும் அறிக்கை ஒன்றை அளித்தனர் அந்தக் குழுவினர். அந்த அறிக்கைக்கு முன்ஷி – அய்யங்கார் திட்டம் என்று பெயர். அந்தத் திட்டத்தில் பல முக்கியமான பரிந்துரைகள் செய்யப் பட்டிருந்தன. அவற்றின் சுருக்கம் கீழே:

தேவநாகரி எழுத்துகளைக்கொண்ட இந்தி மத்திய அரசின் ஆட்சிமொழி. ஆங்கிலம் பதினைந்து ஆண்டுகளுக்கு ஆட்சி மொழியாக நீடிக்கும். அதற்குப் பின்னரும் ஆங்கிலத்தை ஆட்சி மொழியாகப் பயன்படுத்துவதற்கு நாடாளுமன்றம் சட்டம் இயற்றலாம். இந்தியை நிர்வாகத்துறையில் பயன்படுத்த குடியரசுத் தலைவர் ஆணை பிறப்பிக்கலாம். உச்சநீதிமன்றம் மற்றும் உயர்நீதிமன்றங்கள், அரசாங்கச் சட்டங்கள், சட்ட முன் வடிவுகள் உள்ளிட்ட அனைத்தும் ஆங்கிலத்தில்தான் இருக்க

வேண்டும். மாநில அரசுகள் தங்களுடைய மாநில மொழியையோ அல்லது இந்தியையோ ஆட்சி மொழியாக ஏற்கலாம். அதுவரை ஆங்கிலம் ஆட்சிமொழியாக நீடிக்கவேண்டும்.

முன்ஷி – அய்யங்கார் திட்டம் குறித்து நாடாளுமன்ற காங்கிரஸ் குழுக் கூட்டத்தில் விவாதிக்கப்பட்டது. ஆனால் இந்தி ஆதரவாளர்கள், ஆங்கில ஆதரவாளர்கள் இடையே கருத்தொற்றுமை ஏற்படவில்லை. ஆகவே, அரசியல் நிர்ணய சபையே இறுதி முடிவை எடுக்கட்டும் என்ற முடிவுக்கு காங்கிரஸ் தலைவர்கள் வந்தனர். அதனைத் தொடர்ந்து ராஜேந்திர பிரசாத் தலைமையில் 12 செப்டெம்பர் 1949 அன்று அரசியல் நிர்ணய சபை கூடியது. அதில் ஆட்சிமொழி பற்றிய விவாதங்கள் இரண்டு நாள்களுக்கு நடந்தன.

அந்தக் கூட்டத்தில் டாக்டர் சுப்பராயன், காயிதே மில்லத் இஸ்மாயில் சாஹிப், டி.டி. கிருஷ்ணமாச்சாரி, டி.ஏ. ராமலிங்கம் செட்டியார், பி.டி. சாக்கோ உள்ளிட்ட தென்னகத் தலைவர்கள் – சேத் கோவிந்த தாஸ், அபுல் கலாம் ஆசாத் உள்ளிட்ட வட நாட்டுத் தலைவர்கள் உள்ளிட்ட பலரும் கலந்துகொண்டனர். இந்தக் கூட்டத்தில் இரண்டு அம்சங்கள் குறித்து பேசப்பட்டது. இந்தியாவின் எந்த மொழியை ஆட்சிமொழியாக ஏற்றுக் கொள்வது என்பது முதல் அம்சம். இந்தியா முழுவதும் ஒரே வகையான எண்களைப் பயன்படுத்துவது என்பது இரண்டாவது அம்சம்.

அந்தக் கூட்டத்தில் இந்திக்கு ஆதரவான கருத்துகளும் ஆங்கிலத்துக்கு ஆதரவான கருத்துகளும் திரும்பத் திரும்ப பேசப்பட்டன. சென்னை மாகாணத்தில் பெரும்பான்மையான மக்கள் இந்தியை மட்டுமே விரும்புகிறார்கள் என்றார் புருஷோத்தம தாஸ் தாண்டன். ஆனால் அந்தக் கருத்துக்குக் கடுமையான எதிர்ப்பு எழுந்தது. ஏனென்றால், இந்தித்திணிப்பு எழுந்த நொடியில் இருந்தே எதிர்ப்பு தெரிவித்த மாகாணங்களுள் சென்னை மாகாணம் பிரதானமானது.

14 செப்டெம்பர் 1949 அன்று ஆட்சிமொழி பற்றிப் பேசிய முஸ்லிம் லீக் தலைவர் காயிதே மில்லத் இஸ்மாயில் சாஹிப், 'ஒரு மொழி இந்திய மொழியாக மட்டும் இருந்தால் போதாது. அம்மொழி இந்நாட்டின் பழைமையான மொழியாகவும் இருக்க வேண்டும். அத்தகைய மொழியையே இந்நாட்டின் பொது

மொழியாக ஏற்றுக் கொள்ள வேண்டும் என்ற கருத்து இங்கே முன்வைக்கப்பட்டது. அக்கருத்தை ஏற்று அரசியல் நிர்ணய சபை தேசிய மொழி பற்றிய முடிவை எடுக்குமானால், ஒரு உண்மையை இச்சபை முன்பு துணிவோடு கூற விரும்புகிறேன். இந்த நாட்டு மண்ணில் பேசப்பட்ட மொழிகளில் மிகவும் பழைமையானதும், ஆரம்ப காலத்தில் இருந்து பேசப்பட்டு வரும் மொழியாக இருப்பதும் தமிழ்தான். எனது கூற்றை எந்த வரலாற்று ஆசிரியராலும் மறுக்க முடியாது. எந்தப் புதை பொருள் ஆராய்ச்சியாளராலும் எதிர்க்க முடியாது. உயர்தரமான இலக்கிய வளங்களும், நயங்களும் நிறைந்த மொழி தமிழ். இது எனது தாய் மொழி என்பதையும் தெரிவித்துக் கொள்கிறேன். அம்மொழியை நான் நேசிக்கிறேன். அம்மொழியைப் பற்றி நான் பெருமைப்படுகிறேன். பழமையான மொழியைத்தான் இந்நாட்டின் தேசிய மொழியாக்க வேண்டுமென்றால் இந்தியாவின் ஆட்சி மொழியாகத் தமிழைத்தான் ஏற்றுக் கொள்ள வேண்டும் என்றார்.

ஒருபகுதியினர் மற்றொரு பகுதியினர் மீது ஆதிக்க எண்ணத்தை வளர்த்துக்கொண்டிருப்பார்கள் என்றால் அதன் விளைவுகள் நம்முடைய முன்னேற்றத்துக்கும் பாதுகாப்புக்கும் ஏற்றவையல்ல. எனவே, இந்தி பேசுபவர்கள் தங்களின் ஆதிக்க எண்ணத்தையும் சர்வாதிகாரப்போக்கையும் கைவிட்டு, ஆட்சி மொழி விவகாரத்தில் ஒத்துழைக்க வேண்டும் என்று பேசினார் டி.ஏ. ராமலிங்கம் செட்டியார்.

அந்தக் கூட்டத்தில் பேசிய ஜவாஹர்லால் நேரு, ‘ஆங்கில மொழியின்மூலம் நமக்கு ஏற்பட்டுள்ள நன்மைகள் அநேகம். அதன் காரணமாக நாம் பல படிகள் முன்னேறியிருக்கிறோம். என்றாலும், எந்தவொரு நாடும் அந்நிய மொழியால் உயர்ந்த நிலையை எட்டிவிட முடியாது. அதற்காக இந்தியை எதிர்ப்பவர்கள் மீது அதைத் திணிக்கும் முயற்சியிலும் ஈடுபடக் கூடாது... இந்தியாவில் உள்ள இந்தி பேசாத மக்களின் நல்லெண்ணத்தைப் பெறுவதன்மூலம்தான் மொழிப்பிரச்னையில் வெற்றிபெற முடியுமே தவிர, அதிகாரத்தால் அல்ல’ என்றார்.

தென்னிந்தியாவைச் சேர்ந்த டாக்டர் பி. சுப்பராயன் பேசும் போது 1938ல் நடந்த முதலாம் கட்ட மொழிப்போராட்ட நிகழ்வுகளை நினைவுகூர்ந்தார். குறிப்பாக, இந்தி ஒழிக என்ற கோஷம் சுமார் மூன்று மாதங்களுக்குக் கேட்டுக்கொண்டே

இருந்தது. அந்த அளவுக்குத் தமிழர்கள் இந்தி எதிர்ப்பில் தீவிரமானவர்கள் என்ற கருத்தை வெளிப்படுத்தினார்.

பலத்த வாதப் பிரதிவாதங்களுக்குப் பிறகு வேறு வழியில்லாமல் 14 செப்டெம்பர் 1949 அன்று சில திருத்தங்களை இரு தரப்பினரும் ஏற்றுக்கொண்டனர். நானூறுக்கும் மேற்பட்ட திருத்தங்கள் திரும்பப்பெறப்பட்டன. அதன்படி, பதினைந்து ஆண்டு களுக்குப் பின்னர் ஆங்கிலத்தைப் பயன்படுத்துவது குறித்தும் தேவநாகரி எண்களைப் பயன்படுத்துவது குறித்தும் சட்டங்கள் இயற்றலாம்; குடியரசுத்தலைவரின் ஒப்புதலுடன் உயர்நீதி மன்றத்தில் இந்தியைப் பயன்படுத்தலாம்; சட்டங்கள், சட்ட முன்வடிவுகள், ஆணைகள் ஆகியவற்றை மாநில மொழிகளில் வெளியிடலாம் என்பன உள்ளிட்ட திருத்தங்கள் ஏற்கப்பட்டன.

அதனைத் தொடர்ந்து திருத்தப்பட்ட முன்ஷி – அய்யங்கார் திட்டத்தின் அடிப்படையில் மொழிப் பிரிவுகள் அவையில் ஏற்கப்பட்டு, அரசியல் சட்டத்தின் பதினேழாவது பாகத்தில் இணைக்கப்பட்டன. அவற்றில் பிரிவு 343 தொடங்கி பிரிவு 351 வரையிலானவை மத்திய, மாநில அரசுகள், நீதிமன்றங்கள், நாடாளுமன்றம், சட்டமன்றங்கள் ஆகியவற்றில் பயன்படுத்த வேண்டிய மொழிகள் குறித்து விவரிக்கின்றன. அவற்றைக் கொஞ்சம் நுணுக்கமாகக் கவனித்தால் மொழிப்போராட்டம் என்பது ஓரிரு பேச்சுவார்த்தைகள் மூலமாக முடிந்துவிடக்கூடிய விஷயமல்ல; எதிர்காலத்தில் பெரிய அளவில் வெடித்துக் கிளம்புவதற்கான வாய்ப்புகள் அதிகம் இருக்கின்றன என்பது புலப்படும்.

343வது விதி தேவநாகரி வடிவத்தில் எழுதப்பட்டுள்ள இந்தி மொழியே மத்திய அரசின் ஆட்சிமொழி என்றும் 1965 வரையில் ஆங்கிலம் தொடர்ந்து ஆட்சிமொழியாகப் பயன்படுத்தப் படலாம் என்றும் கூறுகிறது. இதன்படி 1965 ஆம் ஆண்டு வரை ஆங்கிலம்தான் ஆட்சிமொழி என்றபோதும் இடைப்பட்ட காலத்தில் மத்திய அரசின் துறைகளில் இந்தியைப் பயன்படுத்து வதற்கு குடியரசுத்தலைவர் ஆணையிடலாம் என்று கூறப் பட்டுள்ளது. இந்திக்கு மட்டும் குடியரசுத் தலைவர் சிறப்பு ஆணை வழங்கலாம்; ஆனால் இந்தியாவின் ஏனைய மொழி களுக்கு அந்தச் சலுகையை குடியரசுத் தலைவர் பயன்படுத்த முடியாது.

344வது விதி ஐந்து ஆண்டுகளுக்குப் பிறகு இந்தி மொழியின் வளர்ச்சியைக் கண்டறிய, ஆட்சிமொழி ஆணையம் ஒன்றை அமைக்கக் குடியரசுத் தலைவருக்கு அதிகாரம் அளிக்கிறது. இந்த ஆட்சி மொழி ஆணையத்தின் பணிகளில், இந்தியை மத்திய அரசுப் பணிகளுக்குப் பெருவாரியாகப் பயன்படுத்துவது, மத்திய அரசுப் பணிகளில் இயன்றவரைக்கும் ஆங்கிலத்தின் பயன்பாட்டைக் கட்டுப்படுத்துவது ஆகியன பிரதானமானவை. இவற்றின் அர்த்தம், இந்தியை ஆட்சிப்பணிகளில் தீவிரமாக நுழைப்பதற்கான அத்தனை முயற்சிகளும் எடுக்கப்படும் என்பதுதான். அதாவது, வளர்ச்சிப் பணிகள் என்றால் அது இந்திக்கு மட்டும் தான் நடக்கவேண்டுமே தவிர, இதர மொழி களுக்கு அல்ல.

345வதுவிதி அந்தந்த மாநிலங்களில் வழங்கும் மொழிகள் ஆட்சிமொழி ஆவதற்கான வாய்ப்புகளை உருவாக்கித் தரு கிறது. 348 வது விதி உச்சநீதிமன்ற, உயர்நீதிமன்றங்களில் ஆங்கிலம் பயன்படுத்தப்பட வேண்டும் என்பதைத் தெரிவிக் கிறது. முக்கியமாக, இந்திய அரசியலமைப்பின்படியோ, நாடாளு மன்ற, சட்டமன்றங்களின்படியோ தரப்படுகின்ற அனைத்து கட்டளை விதிகள், ஒழுங்குமுறைகள், துணை விதிகள் ஆகிய வற்றின் அதிகாரப்பூர்வ மூலப்படிவங்கள் ஆங்கில மொழி யிலேயே இருக்கவேண்டும் என்பதை உறுதிசெய்கிறது.

351வது விதி இந்தி மொழியின் வளர்ச்சிக்கு மத்திய அரசு அனைத்து நடவடிக்கைகளையும் எடுக்க வேண்டும் என்று வலியுறுத்துகிறது. குறிப்பாக, இந்தி மொழியைப் பரப்பி மேம்பாடு அடையச் செய்து, இந்தியக் கூட்டுப்பண்பாட்டின் அனைத்து கூறுகளுக்கும் இந்தியைச் சொல்லமைப்புச் சாதன மாக்கும் வகையில் வளர்த்து, இந்தியைச் செழித்தோங்கச் செய்வது மத்திய அரசின் கடமை என்று கூறுகிறது இந்த விதி.

ஒருவழியாக, இந்தி மொழிக்கு ஆட்சி மொழி என்ற அந்தஸ்து கிடைத்தது. இந்திய அரசியல் நிர்ணய சபையில் இந்தியாவின் ஆட்சி மொழியாக 14 செப்டெம்பர் 1949 அன்று இந்தி மொழி ஏற்றுக்கொள்ளப்பட்டது. அடுத்த மூன்றாவது நாள் சென்னை மாகாணத்தில் ஓர் அரசியல் திருப்புமுனை ஏற்பட்டது.

இந்தித் திணிப்புக்கு எதிராகத் தொடர்ச்சியாகப் போராடிக் கொண்டிருந்த திராவிடர் கழகத்தில் கருத்து வேறுபாடுகள்

முற்றி, பிளவு ஏற்பட்டது. திராவிடர் கழகத்தில் இருந்து பிரிந்த சி. என். அண்ணாதுரையும் அவருடைய ஆதரவாளர்களும் இணைந்து 17 செப்டெம்பர் 1949 அன்று திராவிட முன்னேற்றக் கழகம் என்ற புதிய கட்சியைத் தொடங்கினர்.

இந்தியை வளர்க்கிறோம், இந்தியைப் பரப்புகிறோம் என்ற பெயரில் மத்திய அரசு இந்தியாவில் உள்ள இந்தி பேசாத மக்களின் உணர்வுகள் மீதான தாக்குதல்களுக்கு அரசியல் சட்ட அங்கீகாரம் கிடைத்து விட்ட சமயத்தில் திராவிடர் கழகத்தில் ஏற்பட்ட பிளவு தேசிய அளவில் ஆச்சரியத்துடனும் மாகாண அளவில் கவலையுடனும் பார்க்கப்பட்டது. ஆனால் பின்னாளில் நடந்த இந்தித் திணிப்புக்கு எதிரான போராட்டங்களில் திராவிடர் கழகமும் திமுகவும் தொடர்ந்து பங்களிப்பு செய்வதற்குத் தவறவில்லை.

இதற்கிடையே கட்டாய இந்தியைப் புகுத்திய மாகாண கல்வி அமைச்சர் அவினாசிலிங்கம் திடீரென பதவி விலகினார். அதனைத் தொடர்ந்து கட்டாய இந்தி உத்தரவும் வாபஸ் பெறப்பட்டது. ஆனால் சில மாதங்களிலேயே புதிய கல்வி அமைச்சர் மாதவ மேனன் உயர்நிலைப் பள்ளிகளில் இந்தியைக் கட்டாயப் பாடமாக அறிவித்து, தீவிர எதிர்ப்புகளின் பலனாக கட்டாய இந்தி உத்தரவு திரும்பப் பெற்றுக்கொண்டு, இந்தியை விருப்பப்பாடமாக அறிவித்தார். அத்தோடு இரண்டாம் கட்டமொழிப்போராட்டம் முடிவுக்கு வந்தது!

மூன்றாம் கட்டம்

இந்தி எதிர்ப்பு: சில குறிப்புகள்

1

தென்னிந்தியாவில், குறிப்பாக, தமிழ்நாட்டில் நடந்த, நடந்துவருகின்ற இந்தி எதிர்ப்புப் போராட்டங்கள் அனைத்துமே இந்தியைப் பாடமொழியாக வைப்பதற்கு எதிராக இந்தியைப் பிடிக்காத, இந்தியைப் படிக்காத அரசியல்வாதிகளும் மாணவர்களும் நடத்தியவை என்ற கருத்து தொடர்ந்து விவாதத்தில் இருக்கிறது. அதற்குக் காரணம், மொழிப் போராட்டத்தின் முதல் இரண்டு கட்டப் போராட்டங்கள் இந்தியைக் கட்டாயப் பாடமொழியாக வைத்ததற்கு எதிர்ப்பு தெரிவித்து நடந்தவை.

இந்தியை ஒரு மொழி என்ற அடிப்படையில் படிப்பதிலோ, கற்றுக்கொள்வதிலோ இந்தி பேசாத மக்களுக்கு எந்தப் பிரச்னையும் இருக்கவில்லை. மாறாக, இந்தியைக் கட்டாயமாகப் படித்தே தீரவேண்டும் என்று அரசாங்கம் வலியுறுத்திய போதுதான் பிரச்னை தொடங்கியது. எதிர்ப்புகள் வலுத்தன. போராட்டங்கள் பெரிய அளவில் நடத்தப்பட்டதால் அரசு தனது இந்தித் திணிப்பு நடவடிக்கைகளைத் திரும்பப்பெற்றது. ஐம்பதுகள் வரை இதுதான் நிலைமை. ஆனால் ஐம்பதுகளின் தொடக்கத்தில் நிலைமை முற்றிலுமாக மாறிவிட்டது.

இந்தியைப் பாடமொழியாக மட்டும் அல்லாமல், இந்தியாவின் பொது மொழியாக, ஆட்சிமொழியாக ஆக்குவதற்கான முயற்சிகளை இந்திய அரசு எடுத்தபோது மொழிப்போராட்டம் புதிய பரிமாணத்தை அடைந்தது. தென்னிந்தியர்கள், குறிப்பாக, தமிழர்கள் நடத்திய மொழிப்போர் பரிணாம வளர்ச்சி பெற்றது

அதன்பிறகுதான். இந்தியை இந்தியாவின் பொதுமொழியாக, ஆட்சிமொழியாக ஏன் ஏற்கத்தேவையில்லை என்பதற்கு தமிழ் அறிஞர்களும் மொழியியல் வல்லுநர்களும் பல காரணங்களை முன்வைத்தனர்.

இந்தியா என்பது ஒற்றை தேசிய மொழியைக் கொண்ட நாடு அல்ல; பல தேசிய மொழிகளை உள்ளடக்கிய துணைக்கண்டம். தமிழ், தெலுங்கு, மலையாளம், கன்னடம், வங்காளம், மராத்தி போல இந்தியும் ஒரு தேசிய மொழி. ஆகவே, இந்தியை மட்டுமே ஆட்சிமொழியாக ஏற்க முடியாது என்றனர் தமிழ் அறிஞர்கள். மேலும், இலக்கணக் கட்டுக்கோப்போ, இலக்கியச் செறிவோ, சொல் பெருக்கமோ, ஓசை இனிமையோ இந்திக்கு இல்லை என்பது அவர்களுடைய வாதம்.

இந்தியாவின் பெரும்பான்மை மக்களால் பேசப்படக்கூடிய மொழியான இந்திதான் இந்தியாவின் ஆட்சி மொழியாக இருப்பதற்குத் தகுதி படைத்தது என்பது இந்தி ஆதரவாளர்களின் கருத்து. 1951 ஆம் ஆண்டில் மக்கள்தொகைக் கணக்கெடுப்பின் படி ஒவ்வொரு மொழியையும் பேசுவோரின் பட்டியலின்படி இந்தி மொழியைப் பேசுவோரின் சதவிகிதம் 42. ஆனால் இந்தி பேசாத மக்களின் சதவிகிதம் ஐம்பத்தியெட்டு. ஆகவே, ஐம்பது சதவிகிதத்தினருக்கும் குறைவானவர்களால் பேசப்படும் இந்தியை பெரும்பான்மை மக்களால் பேசப்படும் மொழி என்று சொல்லமுடியாது.

உடனே இந்தியாவின் தனிப்பெரும் மொழி இந்தி மட்டுமே என்ற கருத்தை இந்தி ஆதரவாளர்கள் முன்வைத்தனர். ஆனால் அந்தப் பெருமையையும் கேள்விக்குறியாக்கும் வகையில் இரண்டு அம்சங்கள் இருந்தன. முதல் அம்சம், அந்தப் பட்டிய லில் இந்தி பேசுவோர் எண்ணிக்கை என்று தனியே எதுவும் குறிப்பிடப்படவில்லை. மாறாக, இந்தி - உருது - இந்துஸ்தானி - பஞ்சாபி ஆகிய நான்கு மொழிகளையும் பேசுவோரின் எண்ணிக்கை 42 சதவிகிதம் என்றே குறிப்பிடப்பட்டுள்ளது. இந்தி மட்டுமே 42 சதவிகிதம் அல்ல. இரண்டாவது அம்சம், இந்தி மொழியைப் பேசுவதாகச் சொல்லப்படும் அத்தனை பேரும் ஒரே வகை இந்தியைப் பேசவில்லை. கௌரவி, பிரஜ், கௌஷாலி, ராஜஸ்தானி, பீகாரி ஆகிய ஐந்து குழுக்களைக் கொண்ட மொழி இந்தி. ஒவ்வொரு குழுவிலும் இரண்டு முதல் ஐந்து வரையிலான மொழிப்பிரிவுகள் இருக்கின்றன.

கடீபோலி, பங்காரு இரண்டும் கௌரவி மொழிக்குழுவையும் பிரஜ் பாஷா, கண்ணோவ்ஜி, பண்டேலி ஆகியன பிரஜ் குழுவையும் அவதி, பஹேலி, சட்டிஸ்காதி ஆகியன கௌஷாலி குழுவையும் மார்வாடி, மால்வி, ஜெய்புரி, மேவதி, மாலினி ஆகியன ராஜஸ்தானி குழுவையும் போஜ்புரி, மைதிலி, மகாஹி, கார்வாலி, காமாயுளி, நேபாலி ஆகியன பீகாரி குழுவையும் சார்ந்தவையாக இருக்கின்றன.

ஆக, இந்தியாவில் பத்தொன்பது வகையான இந்திகள் பேசப்படுகின்றன. இவற்றில் இந்திய அரசு ஆட்சிமொழியாக முன்வைக்கும் இந்தி, வெறும் இரண்டரை கோடி பேர் மட்டுமே (ஐம்பதுகளின் கணக்குப்படி) பேசக்கூடிய கடீபோலி இந்தி. அப்படிப்பட்ட கடீபோலி இந்தி எவ்வாறு 36 கோடி மக்களுக்கு ஆட்சி மொழியாக ஆகமுடியும்? என்பதுதான் இந்தி எதிர்ப் பாளர்களின் வாதம்.

இந்தியின் தகுதி குறித்தும் பல கேள்விகளை எழுப்புகின்றனர் மொழியியல் வல்லுநர்கள். இந்தியாவின் இளைய மொழிகளுள் ஒன்று இந்தி என்று கூறும் அறிஞர் சுனிதகுமார் சாட்டர்ஜி, 1850க்கு முன்னால் கடீபோலி வகை இந்தி காணப்பட்டதாக எந்தக் குறிப்புகளும் இல்லை என்கிறார். அதேபோல, இந்தியில் தேவையான அளவு இலக்கியங்களோ, அறிவுசார் அறிவியல் நூல்களோ இல்லை என்கிறார் மொழியியல் ஆய்வாளர் பஷீர் அகமது சயீத்.

இந்திய அரசியலமைப்புச் சட்டத்தால் ஏற்றுக்கொள்ளப்பட்ட பதினெட்டு தேசிய மொழிகளில் தமிழ், தெலுங்கு, கன்னடம், மலையாளம், அசாமி, வங்காளம், இந்தி, காஷ்மீரி, பஞ்சாபி, குஜராத்தி, மராத்தி, ஒரியா, மணிப்பூரி, கொங்கணி ஆகிய பதினான்கு பிராந்திய மொழிகளும் அடக்கம். அப்படி இருக்கும்போது பதினான்கில் ஒன்றான இந்தியை மட்டும் ஆட்சிமொழியாக ஆக்குவதன்மூலம் மற்ற மொழிகளைத் தரமிறக்குவதாக இந்தி பேசாத மக்கள் சந்தேகித்தனர். அந்தச் சந்தேகத்தை உறுதிசெய்வது போல இந்தியின் அனைத்து குறைபாடுகளையும் புறந்தள்ளிவிட்டு, இந்தியை இந்தியாவின் ஆட்சி மொழியாக மாற்ற முயன்றபோதுதான் மொழிப்போரின் மூன்றாம் கட்டம் தொடங்கியது.

இரட்டைக்குழல் துப்பாக்கி

2

இந்தி மொழியின் வளர்ச்சிக்கு மத்திய அரசு அனைத்து நடவடிக்கைகளையும் எடுக்கவேண்டும் என்பது இந்திய அரசியலமைப்புச் சட்டம் 17ஆவது பகுதியின் 351வது பிரிவு சொல்லும் விஷயம். ஆகவே, இந்தி மொழியின் வளர்ச்சிக்காக மத்திய அரசு பல நடவடிக்கைகளை மேற்கொண்டது. அவற்றில் சிலவற்றை மட்டும் இங்கே பார்க்கலாம்.

இந்தி டெலி பிரிண்டர்கள், தட்டெழுத்துப் பலகைகள் சீர் செய்து, முறைப்படுத்தப்பட்டன. இந்தி சுருக்கெழுத்து முறையை உருவாக்கி வளர்க்கும் திட்டங்கள் செயல்படுத்தப் பட்டன. இந்தி பேசாத பகுதிகளில் இந்தி ஆசிரியர்களுக்கான பயிற்சிக் கல்லூரிகள் உருவாக்கப்பட்டன. முக்கியமாக, கேந்த்ரீய இந்தி சம்மேளனம் என்ற அமைப்பு இந்தப்பணியில் ஈடுபட்டது. இந்தி கற்றுத்தரும் தனியார் நிறுவனங்களுக்கு மானியங்கள் தரப்பட்டன. இந்தி அகராதிகளைத் தயாரிப்பது, இந்தி மொழியில் லிங்குவாஃபோன் மற்றும் டேப்புகள் தயாரிப்பது ஆகிய பணிகள் வேகமெடுத்தன.

பாஷ என்ற பெயரில் மூன்று மாதங்களுக்கு ஒருமுறை வெளி யாகும் இந்தி பத்திரிகை ஒன்றும் இந்தி சமாச்சாட் ஜகத் என்ற பெயரில் மாதப் பத்திரிகை ஒன்றும் தொடங்கப்பட்டது. இந்தி பேசாத பகுதிகளைச் சேர்ந்த இந்தி எழுத்தாளர்களுக்குப் பரிசு வழங்கும் திட்டம், மத்திய அரசு ஊழியர்கள், இந்தி பேசாத பகுதிகள் மற்றும் வெளிநாடுகளில் உள்ளவர்களுக்கு அஞ்சல் வழியே இந்தியைப் பயிற்றுவிக்கும் திட்டம் ஆகியன செயல் படுத்தப்பட்டன.

தனியார் பதிப்பகங்களுடன் இணைந்து இந்தி புத்தகங்களை வெளியிடுதல், இந்தி பேசாத மாநிலங்களில் உள்ள பள்ளி, கல்லூரிகளுக்கும் நூலகங்களுக்கும் இந்தி புத்தகங்களை இலவசமாக அனுப்புதல் ஆகிய பணிகள் தீவிரப்படுத்தப்பட்டன. இந்தியை சுயமாகவும் சுலபமாகவும் கற்றுக்கொள்ளும் புத்தகங்கள் வெளியிடப்பட்டன.

அத்தனைக்குமான செலவுகளும் மத்திய அரசுடையது என்பது இங்கே கவனிக்கத்தக்கது. ஆட்சி மொழி அந்தஸ்து காரணமாக இந்தி வளர்ச்சித் திட்டங்கள் பெருமளவில் செயல்படுத்தப்பட்ட சமயத்தில் இந்தி பேசாத மக்கள் மத்தியில் இரண்டு கேள்விகள் எழுந்தன.

மொழி வளர்ச்சிக்காக இத்தனைப் பணிகளையும் இனிமேல் தான் செய்யவேண்டும் என்ற நிலையில் இருக்கும் இந்தியை ஏன் இந்தியாவின் ஆட்சிமொழியாக ஆக்கவேண்டும் என்பது முதல் கேள்வி. இந்தி மொழியின் வளர்ச்சிக்காக இந்த அளவுக்கு முயற்சிகள் எடுக்கும் மத்திய அரசு, மற்ற மாநில மொழிகளின் வளர்ச்சிக்கு என்ன மாதிரியான முயற்சிகளை எடுக்கப்போகிறது என்பது இரண்டாவது கேள்வி. இந்தக் கேள்விகள்தான் இந்தித் திணிப்புக்கு எதிரான போராட்டங்கள் தொடர்ச்சியாக நடப்பதற்குத் தேவையான உந்துசக்தியாக அமைந்தன.

அந்த வகையில் மத்திய அரசின் இந்தித் திணிப்பு நடவடிக்கை எப்போதெல்லாம் எல்லை மீறுகிறதோ அப்போதெல்லாம் இந்தி பேசாத மக்கள் எதிர்க்குரல் எழுப்பினார்கள். குறிப்பாக, நாணயங்கள், ரூபாய் நோட்டுகளில் இந்தி எழுத்துகளை மட்டும் பொறித்தபோது தமிழர்கள் எதிர்த்தனர். மத்திய அரசு அலுவலகங்களில் இந்தி தெரிந்தவர்களுக்குக் கூடுதல் முக்கியத்துவம் தரப்பட்டபோதும் எதிர்ப்புகள் எழுந்தன.

1952 ஆம் ஆண்டு மத்திய அரசு எடுத்த இந்தித் திணிப்பு நடவடிக்கைகளுள் ஒன்று, ரயில் நிலையங்களில் உள்ள பெயர்ப் பலகைகளில் இந்திக்கு முன்னுரிமை கொடுத்தது. ஆங்கிலம் மற்றும் சம்பந்தப்பட்ட மாநில மொழிகள் இந்திக்கு அடுத்த இடத்திலேயே வைக்கப்பட்டன. இதனை திராவிடர் கழகம் எதிர்த்தது. ரயில் நிலையங்களில் இருக்கும் இந்தி எழுத்துகளைத் தார்பூசி அழிக்கவேண்டும் என்று சொன்ன பெரியார், இந்தித் திணிப்புக்கு எதிரான போராட்டத்துக்கு ஆதரவு தருவது என்பது

வெறும் அரசியல் பணி அல்ல; இதுவொரு மொழிப் பாது காப்புப் பணி என்றே ஒவ்வொரு தமிழரும் கருதவேண்டும் என்றார்.

27 ஜூலை 1952 அன்று விடுதலையில், 'இந்தி நம் கழுத்துக்குச் சுருக்கு' என்ற தலைப்பில் தலையங்கம் எழுதிய பெரியார், 1 ஆகஸ்டு 1952 அன்று ரயில் நிலையங்களின் பெயர்ப்பலகைகளில் உள்ள இந்தி எழுத்துகளைத் தார்பூசி அழிக்கும் போராட்டத் துக்கு அழைப்புவிடுத்தார். அப்போது சென்னை மாகாண முதலமைச்சராக இருந்தவர் ராஜாஜி. சுதந்தர இந்தியாவில் நடைபெற்ற முதல் பொதுத்தேர்தலின் முடிவில் சென்னை மாகாண அரசு மீண்டும் காங்கிரஸ் வசமே வந்தது. நீண்ட இடைவெளிக்குப் பிறகு முதலமைச்சர் நாற்காலி ராஜாஜியின் வசம் வந்திருந்தது.

கடந்த காலங்களில் இரண்டு முறை இந்தித் திணிப்புக்கு எதிரான போராட்டங்கள் நடந்துள்ளபோதும் இந்த மூன்றாவது போராட்டம் சில விஷயங்களில் மிகவும் முக்கியமானது என்று சொன்னார் பெரியார். கடந்த காலங்களில் நடந்த போராட்டங் கள் வர்ணாசிரம எதிர்ப்பின் ஒருபகுதியாக நடந்தவை. ஆனால் இம்முறை நடக்கவிருக்கும் போராட்டங்கள் அதையும் தாண்டியவை என்றார் பெரியார். அந்தக் கருத்தை தலையங்கத் தில் பின்வருமாறு எழுதினார்.

'இந்தக் கிளர்ச்சி கட்டாய முறைக்கு மாத்திரம் அல்லாமல் அரசியலிலும் சமுதாய இயலிலும் கல்வி இயலிலும் அரசாங்க ஆதரவில், அரசாங்க நடப்பில் திராவிட நாட்டில் இந்தி தலை காட்டக்கூடாது என்பதற்கும் ஆகும். ஏன் இப்படிச் சொல் கிறேன் என்றால், ரயில் பலகைகளில், போஸ்ட் ஆபீசுகளில், கார்டு கவர்களில், போஸ்ட் முத்திரைகளில் கட்டாயமாக இந்தியை சர்க்கார் புகுத்துகிறார்கள். அவர்கள் ஆட்சி முறை யில் குழாயில் தண்ணீர் வருவது போல வந்து இந்தி புகுந்து கொண்டிருக்கிறது.'

இந்தித் திணிப்புக்கு எதிராக திராவிடர் கழகம் போராட்ட அறிவிப்பை வெளியிட்டுள்ள நிலையில் திமுகவும் போராட்டக் களத்தில் இறங்கத் தயாரானது. முன்னதாக, கோவில்பட்டியில் நடந்த திமுக மாநாட்டில் இந்தித் திணிப்புக்கு எதிராக திமுக தொடர்ந்து போராட்டம் நடத்துவது என்று தீர்மானம்

நிறைவேற்றப்பட்டிருந்தது. அதைச் செயல்படுத்தும் வகையில் 26 ஜூலை 1952 அன்று கூடிய திமுக செயற்குழுவில் ஆகஸ்டு மாதம் நடக்கவிருக்கும் போராட்டங்களில் திமுகவும் கலந்து கொள்வது என்று முடிவுசெய்யப்பட்டது.

அதன் தொடர்ச்சியாக திமுக சார்பில் அண்ணா அறிக்கை ஒன்றை வெளியிட்டார். நமது எதிரியின் வெறியை அடக்க பெரியார் அவர்களும் ஆகஸ்டு முதல் தேதியைக் குறிப்பிட்டு வெளி யிட்டிருக்கிறார்கள். 1950 ஆகஸ்டில் நாம் எச்சரித்தோம். 1952 ஆகஸ்டை அவர் தேர்ந்தெடுக்கிறார்! இரட்டைக்குழல் துப்பாக்கி வடநாட்டு இந்தி ஆதிபத்தியத்தின்மீது தாக்குதல் நடத்தப்போகிறது. மகிழ்கிறோம்! ஆகஸ்டு முதல் நாள் முதல் கழகக் கொடியை மனத்திலே நினைத்து, அதன் ஒரு பாதியிலே நெளியும் சிகப்பு நாம் சிந்திய ரத்தம் என்பதை மறவாமல் தாரும் பிரஷ்ஷுமாகப் புறப்படுங்கள். இந்தியினை அழியுங்கள்!

திராவிடர் கழகம் சார்பில் யார், யார் எங்கெல்லாம் போராட் டங்களில் ஈடுபடப்போகிறார்கள் என்பது பட்டியல் போட்டு பகிரங்கமாக அறிவிக்கப்பட்டது. அதைப்போலவே திமுக சார்பிலும் அண்ணா, நெடுஞ்செழியன், ஈ.வெ.கி. சம்பத், கருணாநிதி உள்ளிட்டோர் இந்தி எழுத்துகளை அழிக்கும் பணியில் ஈடுபடுவதற்குத் தயாராகினர்.

கடந்த காலங்களில் நடந்த மொழிப்போராட்டங்கள் துப்பாக்கிச் சூடு, தடியடி என்று பல நாள்களுக்கு நீடித்ததால் இம்முறை நடக்கும் போராட்டத்தை மாகாண அரசு எப்படி அணுகப் போகிறது என்ற கேள்வி எழுந்தது. அதனை சட்டமன்றத்தில் எழுப்பினார் சி.பா. ஆதித்தனார்.

இந்தி எழுத்து அழிப்புப் போராட்டம் நடத்தும் திராவிடர் கழகத்தினருக்கு எதிராக போலீஸ் படையை ஏவப்போவ தில்லை என்று பதிலளித்தார் முதலமைச்சர் ராஜாஜி. 1938ல் மொழிப்போராட்டம் நடந்தபோது சென்னை மாகாணத்தை ஆட்சி செய்தவர் ராஜாஜி. அப்போது போராட்டக்காரர்கள் மீது காவல்துறையினர் ஏவப்பட்டதால்தான் போராட்டம் தீவிர மடைந்தது. அந்த அனுபவம் கொடுத்த பாடத்தின் காரண மாகவே இம்முறை காவல்துறையை ஏவாமல் இருப்பதன்மூலம் போராட்டம் தீவிரமடைவதற்கான பாதையை அடைக்கத் தீர்மானித்திருந்தார் முதலமைச்சர் ராஜாஜி.

திராவிடர் கழகத்தினரும் திமுகவினரும் மாகாணம் தழுவிய அளவில் இந்தி எழுத்து அழிப்புப் போராட்டத்தில் ஈடுபட்டனர். ஐயாயிரத்துக்கும் மேற்பட்ட திராவிடர் கழகத்தினருடன் ஊர்வல மாகச் சென்ற பெரியார், திருச்சி ரயில் நிலையத்தில் இந்தி எழுத்துகளை அழிக்கும் போராட்டத்தில் கலந்துகொண்டார். திராவிடர் கழகம் சார்பில் பெரியார் தவிர குத்தூசி குருசாமி, தி.பொ. வேதாச்சலம், கே.ஏ. மணியம்மை, டார்பிடோ ஜனார்த் தனம் உள்ளிட்ட தலைவர்கள் போராட்டத்தில் ஈடுபட்டனர்.

ஈரோடு ரயில் நிலையத்தில் அண்ணா உள்ளிட்ட திமுகவினர் இந்தி எழுத்துகளைத் தார்பூசி அழித்தனர். திமுக சார்பாக கோயம்புத்தூரில் ஈ.வெ.கி. சம்பத், மதுரையில் நெடுஞ் செழியன், கடலூரில் கே.ஏ. மதியழகன், திருச்சியில் கருணாநிதி, சென்னையில் என்.வி. நடராசன், சத்தியவாணி முத்து ஆகியோர் தலைமையில் ஐந்நூறுக்கும் மேற்பட்ட ரயில் நிலையங்களில் இந்தி எழுத்துகளைத் தார்கொண்டு அழிக்கும் போராட்டங்கள் நடந்தன.

போராட்டம் முடிவடைந்தபிறகு பேசிய பெரியார் ஒரு முக்கியமான செய்தியைப் பகிர்ந்துகொண்டார்.

'ஸ்டேஷனில் உள்ள எழுத்துகள் போய்விட்டதால் இந்தியே ஒழிந்துவிட்டது என்று நாங்கள் மனப்பால் குடிக்கவில்லை. தமிழ்நாட்டில் இருந்து இந்தி பரிபூரணமாக ஒழிக்கப்பட்டால் தான் வெற்றி.'

இந்தித் திணிப்புக்கு எதிராக 1952 ஆகஸ்டில் நடந்த போராட் டத்தைப் போலவே ஒவ்வொரு ஆண்டும் நடத்த வேண்டும் என்று அறிவித்தார் பெரியார். அதன்படியே 1953 ஆகஸ்டு மாதத்திலும் இந்தி எழுத்து அழிப்புப் போராட்டம் நடந்தது. இடைப்பட்ட காலத்தில் தார்பூசி அழிக்கப்பட்ட பெயர்களைத் திரும்பவும் பொறித்திருந்தது அரசு. தவிரவும், இம்முறை போராட்டத்துக்கு எதிர்வினை ஒன்று காத்திருந்தது. அதன் பின்னணியில் இருந்தவர் ம.பொ.சி.

தார்ச் சட்டியுடன் திராவிடர் கழகத்தினர் வந்தால் நீங்கள் மண்ணெண்ணெய் புட்டியுடன் செல்லுங்கள் என்று காங்கிரஸ் தொண்டர்களுக்கு அறிவுரைகள் வந்துசேர்ந்தன. அதன்படியே

திராவிடர் கழகத்தினரால் தார் பூசப்பட்ட பகுதிகளில் காங்கிரஸ் தொண்டர்கள் மண்ணெண்ணெய் கொண்டு தாரை நீக்கும் முயற்சியில் ஈடுபட்டனர். அவர்களுக்கு ம.பொ.சியின் தமிழரசுக் கழகத்தினர் உதவிகரமாக இருந்தனர். தமிழ்மொழி ஆர்வலராகவும் தமிழ்ப்பற்றாளராகவும் அறியப்பட்ட ம.பொ.சி யின் இத்தகையை நடவடிக்கை திராவிட இயக்கத்தினரால் கடுமையாக விமரிசிக்கப்பட்டது.

இதற்கிடையே மொழிப்போராட்டத்தின் ஒருபகுதியாக திமுக கல்லக்குடி போராட்டத்தை அறிவித்திருந்தது. வடநாட்டைச் சேர்ந்த சிமெண்ட் தொழிற்சாலை அதிபரான டால்மியாவின் பெயர் திருச்சி மாவட்டத்தில் இருக்கும் கல்லக்குடி என்ற ஊருக்கு வைக்கப்பட்டிருந்தது. ரயில் நிலையப் பெயர்ப் பலகையிலும் அதேபெயர்தான் இடம்பெற்றிருந்தது. இதனை மாற்றி, பழையபடி கல்லக்குடி என்றே பெயர் வைக்க வேண்டும் என்பதை வலியுறுத்திப் போராட்டம் நடத்துவது என்று திமுக செயற்குழுவில் முடிவு செய்யப்பட்டது. இதுகுறித்து தீர்மானம் ஒன்றும் நிறைவேற்றப்பட்டது.

‘தென்னாட்டு வளப்பத்தில் ஒன்றான சிமெண்டைத் தனது வளத்துக்காகப் பயன்படுத்திச் சுரண்டி வாழும் வடநாட்டு டால்மியாவானவர் சிமெண்ட் விளையும் இடமான கள்ளக் குடியை வடநாட்டு ஆதிக்கத்தின் அறிகுறியாக டால்மியாபுரம் என்று மாற்றி வைத்திருப்பதானது திராவிடர்களை அவமானம் செய்வதாகும். அதை எடுத்துக்கூற டால்மியாபுரம் என்ற பெயரை நீக்கிவிட்டு, அந்த ஊருக்கு இயற்கையான பெயராகிய கள்ளக்குடி என மாற்றவேண்டுமெனக் கிளர்ச்சி துவக்கவும் தேவைப்பட்டால் நேரடி நடவடிக்கையில் ஈடுபடவும் இம் மாநாடு தீர்மானிப்பதுடன், இதனை நடத்திச்செல்ல, திருச்சி மாவட்டக்குழு தனிக்குழு அமைத்துக்கொள்ள அனுமதிப்ப தென்றும், குழுவுக்குத் தலைமை வகிக்கக் கருணாநிதியைக் கேட்டுக் கொள்வதென்றும் இம்மாநாடு தீர்மானிக்கிறது.’

14 ஆகஸ்டு 1953 அன்று கல்லக்குடியில் கருணாநிதி தலைமையில் போராட்டம் நடந்தது. டால்மியாபுரம் என்று பெயர் பொறிக்கப் பட்டுள்ள பலகை மீது கல்லக்குடி என்ற பெயர் அச்சடிக்கப்பட்ட தாளை கருணாநிதி ஒட்டவேண்டும். அதிகாரிகள் அதனை அகற்றினால் மீண்டும் தாள் ஒட்டப்படும். அப்படிச் செய்யும்

போது கைது செய்யப்பட்டால் வேறு தோழர்கள் தொடர்ந்து அந்தக் காரியத்தைச் செய்யவேண்டும். இதுதான் கருணாநிதி தலைமையிலான போராட்டக்குழுவுக்குத் தரப்பட்டிருந்த செயல்திட்டம். அந்தப் போராட்டக்குழுவில் கவிஞர் கண்ண தாசனும் ஒருவர்.

திட்டமிட்டபடி கல்லக்குடி என்று பெயர் எழுதப்பட்டிருந்த தாளைப் பெயர்ப்பலகையில் ஒட்டினார் கருணாநிதி. உடனே கைது செய்யப்படுவோம் என்று கருணாநிதி எதிர்பார்த்தார். ஆனால் காவலர்கள் அப்படிப்பட்ட நடவடிக்கை எதிலும் இறங்கவில்லை. விருட்டென போராட்டத் திட்டத்தில் புதிய மாற்றம் ஒன்றைக் கொண்டுவந்தார் கருணாநிதி.

கல்லக்குடி என்ற பெயர் மாற்றத்தை உடனடியாக அங்கீகரிக்க வேண்டும். அதுவரை எங்கள் போராட்டம் தொடரும் என்று சொல்லி ரயில் தண்டவாளத்துக்குக் குறுக்கே படுத்தார் கருணாநிதி. அவரைத் தொடர்ந்து அவருடைய பிரிவில் இருந்த மற்ற தொண்டர்களும் தண்டவாளத்தில் தலை வைத்துப் படுத்தனர். எழுந்திருக்கச் சொல்லி காவலர்கள் மிரட்டினர். ரயிலைக் கிளப்பி அச்சுறுத்தினர். ஆனால் கருணாநிதி உள்ளிட்ட போராட்டக்காரர்கள் அசைந்துகொடுக்கவில்லை. அதனைத் தொடர்ந்து தண்டவாளத்தில் தலைவைத்துப் போராட்டம் நடத்திய அத்தனைபேரும் கைதுசெய்யப்பட்டனர்.

பிறகு அடுத்த குழுவினர் போராட்டத்தைத் தொடர்ந்தனர். சில நிமிடங்களில் போராட்டக்காரர்களுக்கு பொதுமக்களின் நேரடி ஆதரவு கிடைத்தது. போராட்டம் வலுக்கத் தொடங்கியது. நிலைமையைக் கட்டுக்குள் கொண்டுவருவதாகச் சொன்ன காவல்துறையினர் துப்பாக்கிகளைத் தூக்கினர். கேசவன், நடராசன் என்ற இரண்டு உயிர்கள் பலியாகின. கைது செய்யப்பட்ட கருணாநிதி உள்ளிட்ட முப்பதுக்கும் மேற்பட்ட போராட்டக்காரர்கள் அரியலூர் கிளைச்சிறையில் அடைக்கப் பட்டனர்.

மக்களைத் திரட்டிக் கிளர்ச்சி செய்ததாகச் சொல்லி கருணாநிதி உள்ளிட்ட முப்பத்தைந்து பேர் மீது வழக்கு தொடுக்கப்பட்டது. விசாரணை முடிவில் கருணாநிதி உள்ளிட்ட ஐவருக்கு ஆறுமாத கடுங்காவல் சிறைத் தண்டனை; எஞ்சிய முப்பது பேருக்கும்

இரண்டுமாத தண்டனை மற்றும் முப்பத்தைந்து ரூபாய் அபராதம்! திருச்சி மத்திய சிறைச்சாலையில் கருணாநிதி உள்ளிட்ட கல்லக்குடி போராளிகள் அடைக்கப்பட்டனர். பின்னர் முதலமைச்சர் பொறுப்புக்கு வந்தபிறகு டால்மியா புரத்தை 'கல்லக்குடி - பழங்காநத்தம்' என்று மாற்றினார் கருணாநிதி.

ஆட்சிமொழி ஆணையம்

3

இந்தித் திணிப்புக்கு எதிரான போராட்டங்கள் ஒருபக்கம் நடந்துகொண்டிருக்க, இன்னொரு பக்கம் இந்திய அரசியலமைப்புச் சட்டம் 344வது பிரிவின்படி, இந்திய குடியரசுத் தலைவர் டாக்டர் ராஜேந்திர பிரசாத் 7 ஜூன் 1955 அன்று ஆட்சி மொழி ஆணையம் ஒன்றை அமைத்தார். அதன் தலைவராக பி.ஜி.கேர் நியமிக்கப்பட்டார். அந்தக் குழுவில் மேற்கு வங்கத்தைச் சேர்ந்த சுனிதகுமார் சாட்டர்ஜி, தென்னகத்தைச் சேர்ந்த பி. சுப்பராயன் உள்ளிட்ட 21 பேர் இடம்பெற்றனர்.

ஆட்சிமொழி ஆணையம் செய்யவேண்டிய பணிகள் அனைத்தும் இந்திய அரசியல் அமைப்புச் சட்டத்தில் தெளிவாக வரையறை செய்யப்பட்டிருந்தன.

இந்திய அரசில் உள்ள துறைசார்ந்த பணிகளுக்கு இந்தி மொழியைப் பெருவாரியாகப் பயன்படுத்துதல், ஆங்கிலமொழியின் பயன்பாட்டைக் கட்டுப்படுத்துதல், உயர்நீதிமன்றம் மற்றும் உச்சநீதிமன்றச் சட்டங்கள் மற்றும் மசோதாக்களில் பயன்படுத்த வேண்டிய மொழியை அடையாளம் காணுதல் ஆகியன அந்த ஆணையத்தின் பணிகள். முக்கியமாக, இந்திய யூனியனின் ஆட்சிமொழி குறித்தும், மாநிலங்களுக்கு இடையே பரஸ்பரம் தொடர்புகொள்ளவேண்டிய மொழி குறித்தும் குடியரசுத் தலைவருக்குப் பரிந்துரை செய்யவேண்டும் என்றும் கோரப்பட்டிருந்தது.

அந்தப் பரிந்துரைகள் எப்படி இருக்கவேண்டும் என்பதற்கும் சில வரையறைகள் இருந்தன. அதாவது, ஆணையம் தனது பரிந்துரை

களைச் செய்யும்போது இந்தியாவின் மொழி, பண்பாடு, அறிவியல் வளர்ச்சி ஆகியவற்றையும் அரசுப் பணிகளைப் பொறுத்தவரை இந்தி பேசாத பகுதிகளைச் சேர்ந்த மக்களின் நியாயமான கோரிக்கைகள் மற்றும் நலன்களையும் கருத்தில் கொள்ளவேண்டும் என்று கூறப்பட்டிருந்தது.

சற்றேறக்குறைய ஓராண்டுகாலத்துக்குத் தனது ஆய்வுப்பணி களை நடத்தியது இந்த ஆணையம். முதலில் கேள்வித்தாள் ஒன்றைத் தயாரித்து, மாநில அரசுகள், மாநில அரசு அதிகாரிகள், நீதிபதிகள் மற்றும் சில பொது நிறுவனங்கள் ஆகியோருக்கு அனுப்பிவைத்தது. மொத்தமாக, 1094 பேரிடம் இருந்து விடைகள் வந்துசேர்ந்தன. 930 பேரிடம் இருந்து வாய்மொழிச் சான்றுகள் பெறப்பட்டன. ஆக, 2024 பேரின் கருத்துகளையும் பதில்களையும் அடிப்படையாகக் கொண்டு, விரிவான அறிக்கை ஒன்றைத் தயார் செய்த ஆட்சி மொழி ஆணையம், அந்த அறிக்கையை 6 ஆகஸ்டு 1956 அன்று குடியரசுத் தலைவர் ராஜேந்திர பிரசாத்திடம் சமர்ப்பித்தது.

கேள்வித்தாள் தயாரிக்கப்பட்ட விதம் தொடங்கி அது யார், யாருக்கெல்லாம் அனுப்பப்பட்டது என்பது வரை அனைத்தை யும் இந்தித் திணிப்பு எதிர்ப்பாளர்கள் கேள்வி எழுப்பினர். குறிப்பாக, இந்திக்கு ஆதரவாக இருக்கின்ற காங்கிரஸ் கட்சி ஆட்சி செய்கின்ற மாநில அரசுகளுக்கும் அந்த அரசாங்கத்தில் வேலைபார்க்கும் அதிகாரிகளுக்கும் நீதிபதிகளுக்கும் கேள்வித் தாள் அனுப்பிய ஆணையம், இந்தித் திணிப்பைத் தீவிரமாக எதிர்க்கக்கூடிய திராவிடர் கழகம், திராவிட முன்னேற்றக் கழகம் உள்ளிட்ட எதிர்க்கட்சித் தலைவர்களிடம் கருத்து கேட்க வில்லை. இந்தி பேசாத மாநிலங்களைச் சேர்ந்த பிரதிநிதிகள் பெரும்பாலானோருக்கு கேள்வித்தாள்கள் அனுப்பப்பட வில்லை. அவர்களை ஆணையம் முற்றிலுமாகப் புறக்கணித்து விட்டது. இந்தி, ஆங்கிலம் ஆதரவாளர்களின் கருத்துகள், வாய்மொழி சாட்சிகளையும் அடிப்படையாக வைத்து தயாரிக்கப்பட்ட அறிக்கை இந்தி பேசாத மக்களின் உணர்வு களைப் பிரதிபலிக்க வாய்ப்பேயில்லை என்பது இந்தித் திணிப்பு எதிர்ப்பாளர்களின் வாதம்.

ஆட்சி மொழி ஆணையத்தில் இருந்தவர்கள் பலரும் இந்தி மொழிக்கு ஆதரவானவர்கள் என்பதால் அவர்களுடைய கருத்துகள் அனைத்தும் இந்தி மொழிக்குச் சாதகமாகவே

இருந்தன. அதேசமயம், சுனிதகுமார் சாட்டர்ஜி, பி. சுப்பராயன் ஆகிய இருவரும் எதிர்க்கருத்துகளைப் பதிவுசெய்தனர்.

'ஆட்சி மொழி ஆணையத்தின் பரிந்துரைகளில் உள்ள கருத்துகள் பெரும்பாலும் இந்திய அரசில் உள்ள இந்தி பேசுவோரின் கருத்துகளே. இந்தப் பரிந்துரைகளால் உடனடியாகவும் நீண்ட கால நோக்கிலும் இந்தி மொழி பேசுவோரே பயன்பெறுவர். இந்தியாவில் இந்திமொழி பேசுவோர் முதல் நிலைக் குடிகளாகவும் இந்திமொழி பேசாதோர் இரண்டாம் நிலைக் குடிகளாகவும் ஆக்கப்படுவர். முக்கியமாக, இந்தி பேசாத மக்கள் தங்கள் மொழி குறித்து என்ன கருதுகிறார்கள் என்பதை அறிந்துகொள்வதற்கு ஆணையம் ஒரு சிறு முயற்சியையும் செய்ததாகத் தெரியவில்லை' என்றார் சுனித குமார் சாட்டர்ஜி.

சரி, அப்படியென்னென்ன பரிந்துரைகளைச் செய்திருந்தது ஆட்சிமொழி ஆணையம்?

- ❖ ஆட்சித்துறைக்குத் தேவையான சட்டங்கள், நெறிகள், கையேடுகள், குறிப்பு நூல்கள் ஆகியவற்றை இந்தி மொழியில் மொழிபெயர்க்கவேண்டும்.

- ❖ இந்தி மொழிக்குத் தேவையான எந்திரங்களையும் கருவி களையும் விரைவாகத் தயாரிக்க வேண்டும்.

- ❖ இந்திப் பயிற்சி பெறாதவர்களுக்குத் தண்டனை கொடுப்பது பொருத்தமானதுதான்.

- ❖ மத்திய அரசின் தலைமைச் செயலகப் பணிகள் அனைத்தும் இந்தியிலே நடைபெறும் என்பதால் அங்கு வேலை செய்பவர்கள் இந்தி அறிவு படைத்தவர்களாக இருக்க வேண்டியது அவசியம்.

- ❖ மாநில அரசு ஊழியர்கள் மத்திய அரசுடன் தொடர்புகொள்ள வேண்டியிருப்பதால் அவர்களும் இந்தியில் பயிற்சி பெற்றிருக்கவேண்டும் என்று கட்டாயப்படுத்துவது நியாய மானதே.

- ❖ நாடாளுமன்றத்தில் இயற்றப்படும் சட்டங்களும் மாநில சட்டமன்றங்களில் இயற்றப்படும் சட்டங்களும் ஒரே மொழியில் இருக்கவேண்டுமாதலால், நிலையான ஆணை களும் விதிகளும் இந்தி மொழியிலேயே இருக்கவேண்டும்;

❖ மொழிமாற்றத்துக்கு ஏற்ற காலம் வரும்போது உச்சநீதி மன்றம் இந்தி மொழியிலேயே செயல்படவேண்டும்.

❖ மொழிமாற்றம் செய்வதற்குரிய காலம் வரும்போது உயர் நீதிமன்றத் தீர்ப்புகள், கட்டளைகள், ஆணைகள் அனைத்தும் இந்தி மொழியிலேயே இருக்கவேண்டும் என்பதற்காக நீதிமன்றங்களில் மொழிபெயர்ப்பு அமைப்புகளை ஏற்படுத்தவேண்டும்.

❖ மத்திய, மாநில அரசுகளின் சட்டப்புத்தகங்களை இந்தியில் தயாரிக்கும் பணியை மத்திய அரசு செய்யவேண்டும்.

❖ மத்திய அரசுப் பணிகளில் அதிகாரிகளாக வருபவர்களின் மொழியறிவை உத்தேசித்து, இந்தியில் ஒரு கட்டாய வினாத்தாளை ஏற்படுத்துவது தகுதியானது.

❖ இந்தி பரப்பும் பணியில் ஈடுபட்டிருக்கும் தனியார் அமைப்புகள் தங்களது பணிகளை விரிவுபடுத்தத் தேவையான நிதியுதவிகளை மத்திய அரசு செய்யவேண்டும்.

இந்தி பேசாத மக்கள் இந்தியைக் கற்றுக்கொள்ளவேண்டும் என்று மத்திய அரசு சொல்லவில்லை. இந்தியைக் கற்றுக் கொண்டே தீரவேண்டும்; அதைத்தவிர வேறு வழியே உங்களுக்கு இல்லை என்று இந்தி பேசாத மக்கள் மீது இந்தியை வலுக்கட்டாயமாகத் திணிக்க முயல்கிறது என்பதற்கு மேலே உள்ள அம்சங்கள் பொருத்தமான உதாரணங்கள். அதாவது, காலவரையறை நிர்ணயித்து இந்தியக் கற்றுக்கொள்ள வேண்டும்; கற்றுக்கொள்ளாதவர்களுக்கு தண்டனை தர வேண்டும்; பணியில் நீடிக்கவேண்டும் என்றால் இந்தியைக் கற்றுக்கொண்டே தீரவேண்டும் என்பன போன்ற நிபந்தனைகள் இந்தித் திணிப்பில் மத்திய அரசு காட்டுகின்ற தீவிரத்தை வெளிச்சமிட்டுக் காட்டின.

இடைப்பட்ட காலத்தில் இன்னொரு முக்கியமான விஷயம் நடந்துமுடிந்திருந்தது. மொழி அடிப்படையில் ஆந்திரா, கேரளா, கர்நாடகா ஆகிய மாநிலங்கள் உருவாகிவிட்டதால் சென்னை மாகாணத்தில் எஞ்சியிருந்த பகுதிகளை தமிழ்நாடு என்றே அறிவிக்கவேண்டும் என்ற கோரிக்கை மீண்டும் வலுப்பெறத் தொடங்கியது. முக்கியமாக, சென்னை

மாகாணத்தின் ஆட்சிமொழியாக தமிழ் மொழியை அறிவிப்பதற் கான ஆயத்தப் பணிகளும் தொடங்கின.

சென்னையின் ஆட்சிமொழியைத் தமிழாக அறிவிக்கும் வகையில் 27 டிசம்பர் 1956 அன்று புதிய மசோதாவை சென்னை சட்டமன்றத்தில் அறிமுகம் செய்தார் நிதியமைச்சர் சி. சுப்பிரமணியம். அந்த மசோதா குறித்து இந்திய கம்யூனிஸ்ட் கட்சியின் தலைவர் ப. ஜீவானந்தம் பேசிய கருத்துகள் முக்கியமானவை.

'அன்னிய மொழியின் ஆதிக்கத்தில் நம்முடைய இனிய தமிழில் எதையும் சொல்லலாம், எதைப்பற்றியும் கூறலாம் என்பதை நாம் மறந்துவிட்டோம். அன்னிய ஆட்சியின் மோகத்தால், அடிமைத் தனத்தில் நாம் நம் மொழியையே மறந்துவிட்டோம்.. கம்பனின் கற்பனைத்திறன் வெளிவந்த கன்னித்தமிழில் எந்தப் பொருளா யிருந்தாலும் சரி, அது விஞ்ஞானப் பொருள்களாயிருக்கட்டும் அல்லது தொழில்துறைப் பேர்களாயிருக்கட்டும். அவைகளைக் கன்னித்தமிழிலேயே சொல்லமுடியும். தமிழில் சில பேர்களைச் சொல்ல முடியாதென்று சொல்வது நமது பலவீனத்திலிருந்தே வருகிறது.. இதில் ஜனநாயகம் வெற்றிபெற்றிருக்கிறது. நமது நாட்டின் சட்டசபைச் சரித்திரத்திலேயே, தமிழனது வரலாற்றி லேயே இன்றைக்கு நிகழ்கின்ற நிகழ்ச்சிக்கு எதுவும் ஈடில்லை, எடுப்பில்லை என்று நினைக்கும்போது நாம் பெருமிதப் படத்தான் வேண்டியிருக்கிறது.. தமிழ் ஆட்சிமொழியானது மந்திரி அவர்களின் வெற்றியல்ல. இது, தமிழனின் ஜனநாயகக் கால வெற்றி.'

சென்னை சட்டமன்றத்தில் தமிழை ஆட்சிமொழியாக்கும் மசோதா அனைத்துக் கட்சிகளின் ஆதரவுடன் நிறைவேறியது.

இந்நிலையில் ஆட்சி மொழி ஆணையத்தின் அறிக்கை 12 ஆகஸ்டு 1957 அன்று நாடாளுமன்றத்தின் இரு அவைகளிலும் தாக்கல் செய்யப்பட்டது. அந்த அறிக்கையைத் தீவிரமாக ஆய்வு செய்து, கருத்து தெரிவிப்பதற்கு வசதியாக 'நாடாளுமன்றத்தின் குழு' ஒன்றை அமைக்கவேண்டும் என்று இந்திய அரசிய லமைப்புச் சட்டம் குறிப்பிட்டுள்ளதை ஏற்கெனவே பார்த் தோம். அப்படிப்பட்ட நாடாளுமன்றத்தின் குழு ஒன்று மத்திய உள்துறை அமைச்சர் கோவிந்த வல்லப பந்த் தலைமையில் அமைக்கப்பட்டது.

அந்தக் குழுவில் மக்களவை உறுப்பினர்கள் இருபது பேரும் மாநிலங்களவை உறுப்பினர்கள் பத்து பேரும் தேர்ந்தெடுக்கப் பட்டனர். இந்தப் புதிய நாடாளுமன்றக் குழுவின் உறுப்பினர்கள் மாநில அரசுகள், அதிகாரிகள், மொழியியல் நிபுணர்கள், மொழிப்பண்டிதர்கள், கல்வியாளர்கள், அரசியல் கட்சிகள் ஆகியோரிடம் கருத்துகளைக் கேட்டுத் தெரிந்துகொள்வார்கள் என்று எதிர்பார்க்கப்பட்டது. ஆனால் அந்தக் குழுவினரோ ஆட்சிமொழி ஆணையம் கொடுத்த பரிந்துரை அறிக்கையை மட்டுமே ஆய்வுசெய்யத் தொடங்கியது.

இதில் என்ன விநோதம் என்றால் 'நாடாளுமன்றத்தின் குழு' வினரின் ஆலோசனைக் கூட்டங்கள் அனைத்தும் ரகசியமாகவே நடத்தப்பட்டன. பத்திரிகையாளர்கள், நிருபர்கள், பார்வை யாளர்கள் என்று எவரும் அனுமதிக்கப்படவில்லை. நீண்ட ஆய்வுகளுக்கும் ஆலோசனைகளுக்கும் பிறகு 8 பிப்ரவரி 1959 அன்று 'நாடாளுமன்றத்தின் குழு'வினரின் அறிக்கை குடியரசுத் தலைவருக்கு அனுப்பிவைக்கப்பட்டது. அந்த அறிக்கை பின்னர் நாடாளுமன்றத்தில் சமர்ப்பிக்கப்பட்டது.

அந்த அறிக்கையுடன் நாடாளுமன்ற உறுப்பினர் ஃபிராங்க் அந்தோணியின் மறுப்புக்குறிப்பு ஒன்றும் இணைக்கப்பட்டது. அந்த மறுப்புக்குறிப்பில், 'இந்தி வெறியர்களின் அடாவடித் தனங்கள் நாட்டைப் பிளவுபடுத்துவதிலும் சிறுபான்மை மொழிகளை நசுக்குவதிலுமே முடியும்' என்று எச்சரித்திருந்தார் ஃபிராங்க் அந்தோணி.

அப்போது அந்த அறிக்கை தொடர்பாக இந்தி பேசாத நாடாளு மன்ற உறுப்பினர்கள் பல சந்தேகங்களை எழுப்பினர். சில உறுப் பினர்கள் முக்கியமான திருத்தங்களைக் கொண்டுவரவேண்டும் என்று விரும்பினர். ஆனால் அப்படியான திருத்தங்களைச் செய்வதற்கு நாடாளுமன்றத்துக்கு அதிகாரம் இல்லை என்றார் மத்திய உள்துறை அமைச்சர். இந்த இடத்தில்தான் முக்கியமான சர்ச்சை எழுந்தது. ஆட்சிமொழி ஆணைய அறிக்கையை ஆய்வு செய்வதற்காக அமைக்கப்பட்டது நாடாளுமன்றத்தின் குழுவா (Committee of Parliament) அல்லது நாடாளுமன்றக் குழுவா (Parliamentary Committee)? நாடாளுமன்றக் குழுவாக இருந்தால் அந்தக் குழுவினரின் அறிக்கை சபாநாயகர் வழியே நாடாளுமன்றத்தில் தாக்கல் செய்யப்படும். மாறாக, நாடாளு

மன்றத்தின் குழுவாக இருந்தால் அது நேரடியாக குடியரசுத் தலைவருக்கு அனுப்பப்படும்.

ஆட்சி மொழி தொடர்பாக நாடாளுமன்றக் குழு அமைக்கப் பட்டிருந்தால் அந்தக் குழுவினரின் அறிக்கை நாடாளுமன்றத் துக்கு வந்திருக்கும். அதில் உள்ள குறைபாடுகள், முரண்பாடுகள் குறித்து விரிவாகவும் தீர்க்கமாகவும் விவாதித்து, தேவையான திருத்தங்களைச் செய்து, அதன்பிறகு அந்த அறிக்கையை குடியரசுத் தலைவருக்கு அனுப்பி வைத்திருக்கமுடியும். ஆனால் அமைக்கப்பட்டது நாடாளுமன்றத்தின் குழுவாக இருந்ததால் அறிக்கை நேரடியாக குடியரசுத் தலைவருக்குச் சென்றுவிட்டது. அதன்மூலம் அறிக்கையில் திருத்தங்கள் செய்ய வேண்டிய உரிமைகளை நாடாளுமன்றம் இழந்துவிட்டது என்ற குற்றச் சாட்டை இந்தி பேசாத நாடாளுமன்ற உறுப்பினர்கள் முன் வைத்தனர்.

குறிப்பாக, ஆந்திராவைச் சேர்ந்த மக்களவை உறுப்பினர் திருமலைராவ், 'அவையில் விவாதிப்பதற்காக அறிக்கை வந்திருக்கிறது. ஆனால் எந்தத் திருத்தத்தையும் அதில் செய்யக் கூடாது என்றால் எதற்காக அந்த அறிக்கையை நாடாளுமன்றத் தில் தாக்கல்செய்யவேண்டும்?' என்று கேள்வி எழுப்பினார். இந்நிலையில் பிரச்னை குறித்துப் பேசிய பிரதமர் ஜவாஹர்லால் நேரு, 'நாடாளுமன்றத்தின் குழுவின் உறுப்பினர்கள் சமர்ப்பித் துள்ள அறிக்கையின் ஒவ்வொரு வரியையும் ஏற்றுக்கொள் கிறேன் என்றுகூறி உறுப்பினர்களை ஏமாற்றுவதற்கு நான் விரும்பவில்லை. அதேபோல, ஒவ்வொரு வரியையும் ஒவ் வொருவரும் ஏற்றுக்கொள்ளவேண்டும் என்றும் நான் கூற வில்லை' என்றார்.

இந்தி பேசாத நாடாளுமன்ற உறுப்பினர்கள் நாடாளுமன்றத்தின் குழு கொடுத்த அறிக்கை ஒருதலைப்பட்சமாக இருக்கிறது என்றும் இந்தி பேசாத மக்களுக்கு அநீதி இழைக்கப்பட்டு விட்டது என்றும் விடாமல் எதிர்க்குரல் எழுப்பினர். தமிழ் நாட்டைச் சேர்ந்த சி. சுப்பிரமணியத்துக்கும் இந்தி விஷயத்தில் எதிர்மறையான கருத்தே இருந்தது. ஆட்சிப்பணிகள் அனைத்துக் கும் ஆங்கிலமே ஆட்சிமொழியாகத் தொடர்ந்து நீடிக்க வேண்டும். அது எவ்வளவு காலத்துக்கு நீடிக்கவேண்டும் என்பது இந்தி பேசாத மக்களின் கைகளில்தான் இருக்கிறது

என்பது சி.சுப்பிரமணியத்தின் நிலைப்பாடு. இந்தக் கருத்தைத் தான் அகில இந்திய காங்கிரஸ் கமிட்டிக் கூட்டத்திலும் பிரதமர் நேருவிடம் தனிப்பட்ட முறையில் பேசும்போதும் தொடர்ச்சி யாக வலியுறுத்திக் கொண்டிருந்தார் சி. சுப்பிரமணியம்.

அதனைத் தொடர்ந்து இந்தி பேசாத மக்களைச் சமாதானம் செய்யும் வகையில் 7 ஆகஸ்டு 1959 அன்று நாடாளுமன்றத்தில் முக்கியத்துவம் வாய்ந்த வாக்குறுதி ஒன்றைக் கொடுத்தார் பிரதமர் நேரு.

'நான் இரண்டு செயல்நோக்கங்களை யோசனைகளாகக் கூற விரும்புகிறேன். முதலாவது, இந்தித்திணிப்பு இருக்கவே கூடாது. இரண்டாவது, முடிவில்லாத கால அளவுக்கு - எத்தனைக் காலம் என்பது எனக்குத் தெரியாது - அரசுப் பணிகளுக்குப் பயன்படுத்துவதற்காக ஆங்கிலத்தை நான் ஒரு கூடுதல் இணை மொழியாக (Associate Additional Language) இருக்கச் செய்வேன்... மக்கள் எத்துனைக்காலம் அதனைத் தேவையெனக் கருதுகிறார்களோ, அதுவரையும் நான் ஆங்கிலத்தை ஒரு மாற்றுமொழியாக (Alternate Language) இருக்கச்செய்வேன்.. அதனைப் பற்றி முடிவெடுப்பதை இந்தி பேசும் மக்களிடம் நான் விடமாட்டேன்; இந்தி பேசாத மக்களிடமே விடுவேன்.'

பிரதமர் நேரு கொடுத்த வாக்குறுதி இந்தி பேசாத மக்களுக்கு மிகப்பெரிய தெம்பைக் கொடுத்தது!

நேருவுக்கு சம்பத்தின் கடிதம்

4

7 ஏப்ரல் 1960. இந்திய குடியரசுத் தலைவர் டாக்டர் ராஜேந்திர பிரசாத்திடம் இருந்து புதிய ஆணை ஒன்று வெளியானது. 1965 ஆம் ஆண்டு முதல் இந்தி மட்டுமே இந்தியாவின் ஆட்சிமொழியாக ஆகிவிடும். அதற்கான ஆயத்த நடவடிக்கைகளை எடுக்க வேண்டும் என்பதுதான் அந்த ஆணையின் உள்ளடக்கம்,

இந்தி பேசாத மக்கள் விரும்பும்வரை ஆங்கிலமே இருக்கும் என்ற பிரதமர் நேருவின் வாக்குறுதியைப் புறக்கணிக்கும் வகையில் வெளியான இந்த அறிவிப்பு இந்தி பேசாத மக்களிடையே பெரும் கொந்தளிப்பை ஏற்படுத்தியது. குறிப்பாக, தமிழ்நாட்டு முக்கிய அரசியல் அமைப்புகளான திராவிடர் கழகம், திராவிட முன்னேற்றக் கழகம் ஆகியன குடியரசுத் தலைவரின் இந்தித் திணிப்பு அறிவிப்புக்கு எதிராகப் போராட்டத் தயாராகின.

இந்தி என்னும் விஷ விருட்சத்தின் ஆணிவேரைக் கெல்லி எறிய ஒரே வழிதான் இருக்கிறது. அது, நாட்டுப் பிரிவினை. இந்திய யூனியன் வரைபடத்தில் தமிழ்நாடு தவிர்த்த மற்ற பகுதிகளுக்குத் தீவைத்து எரியுங்கள் என்று அழைப்பு விடுத்தார் திராவிடர் கழகத் தலைவர் பெரியார். அதைத் தொடர்ந்து திமுகவும் களமிறங்கத் தயாரானது.

18 ஜூன் 1960 அன்று குமாரபாளையத்தில் திமுக பொதுக்குழு கூடியது. இரண்டு நாள்களுக்கு நடந்த ஆலோசனைகளுக்குப் பிறகு மத்திய அரசின் இந்தித் திணிப்பு குறித்த தீர்மானங்கள் நிறைவேற்றப்பட்டன.

30 ஆகஸ்டு 1960க்குள் குடியரசுத் தலைவர் தனது உத்தரவைத் திரும்பப்பெறவேண்டும். இந்தி பேசாத மக்களைக் கலந்தாலோசிக்காமல் இந்தி ஆட்சிமொழி பற்றி முடிவெடுப்பதில்லை என்று அறிவிக்க வேண்டும். தவறினால், மறுநாளில் இருந்து இந்தி ஆதிக்கத்தில் இருந்து தென்னகத்தை விடுவிக்கும் விடுதலைப்போர் தொடங்கப்படும் என்று அறிவிக்கப்பட்டது.

போராட்டத்தை நடத்துவதற்கு வசதியாக ஈ.வெ.கி. சம்பத் தலைமையில் போராட்டக்குழு ஒன்று அமைக்கப்பட்டது. அந்தக் குழுவில் இரா. நெடுஞ்செழியன், க. அன்பழகன், மு. கருணாநிதி, கே.ஏ. மதியழகன் உள்ளிட்ட பலரும் இடம் பெற்றனர். போராட்டக்குழுவினர் விளக்கக் கூட்டங்கள், கண்டனக் கூட்டங்களுக்கு ஏற்பாடுசெய்து, கலந்துகொள்ள வேண்டும் என்று அறிவுறுத்தப்பட்டிருந்தனர்.

இந்தி எதிர்ப்புப் போராட்டத்தை எதிர்கொள்வதற்கு இப்போது புதிய முதலமைச்சர் காத்திருந்தார். அவர், காமராஜர். குலக் கல்வித் திட்டத்துக்கு எழுந்த எதிர்ப்பைத் தொடர்ந்து முதலமைச்சர் பதவியில் இருந்து ராஜாஜி விலகினார். அவருக்குப் பதிலாக காமராஜர் முதலமைச்சர் பொறுப்புக்கு வந்திருந்தார். திமுகவினர் போராட்டம் நடத்தினால் அரசு கடும் நடவடிக்கைகளை எடுக்கவேண்டியிருக்கும் என்று எச்சரித்தார் காமராஜர். முக்கியமாக, துப்பாக்கி இருக்கிறது. அதில் தோட்டாவும் இருக்கிறது என்று காமராஜர் பேசியதாக செய்தி வெளியானது. அதற்கு பதிலளித்த அண்ணா, '1938லே மொழிப் போர் நடந்தபோது இரண்டு இளைஞர்கள்தாம் தியாகம் செய்தனர். தற்போது திமுகவில் 3300 கிளைகள் இருக்கின்றன. மூன்று லட்சம் தொண்டர்கள் இருக்கிறார்கள்' என்றார்.

பொதுக்குழுத் தீர்மானங்களைப் பொதுமக்களுக்கு விளக்கும் வகையில் பொதுக்கூட்டங்கள் நடத்தப்பட்டன. அவற்றில் ஈ.வெ.கி. சம்பத் பேசும்போது, 'காமராசருக்கு நாட்டு மக்கள் மீது, மொழியின் மீது நல்லெண்ணம் இருக்குமானால், இங்கு நடைபெறுவதை டில்லிக்கு எடுத்துச்சொல்லி, குடியரசுத் தலைவரின் தாக்கீதை நிறுத்திவைக்கச் சொல்லவேண்டும்... ஆனால் அவர் நம்முடைய மைதானத்துக்குள்ளே புகுந்து ஏதாவது செய்ய முடியுமா? என்று பார்க்கிறார். அதுதான் முடியாது' என்றார்.

பின்னர் போராட்டக்குழுத் தலைவர் என்ற முறையில் குடியரசுத் தலைவர் ராஜேந்திர பிரசாத்துக்குக் கடிதம் ஒன்றை எழுதினார் ஈ.வெ.கி.சம்பத். 'தவறான யோசனை அடங்கிய 27 ஏப்ரல் 1960 தேதியிட்ட தங்களுடைய கட்டளையில் அடங்கியிருக்கக்கூடிய, அச்சுறுத்துகின்ற கேடுகளை, திராவிட சமுதாயம் முழுவதுமே எதிர்த்துக்கொண்டு இருப்பதுடன், மேற்படி கட்டளையைத் தாங்கள் திரும்பப் பெற்றுக் கொள்வதை பேராதரவுடன் எதிர்நோக்கி இருக்கிறது.'

திமுக நடத்திய இந்தி எதிர்ப்புப் பிரசாரக் கூட்டங்கள் தமிழ் மக்களைப் போராட்டக் களத்துக்கு அழைத்து வந்தன. நிலைமை மோசமடைவதைத் தடுக்கும் வகையில் திமுக நடத்தும் கூட்டங்களுக்கு அனுமதி வழங்க மறுத்தது காமராஜர் தலைமை யிலான தமிழக அரசு. ஏற்கெனவே தரப்பட்ட அனுமதிகளும் திரும்பப் பெறப்பட்டன. ஆனாலும் தடையை மீறிப் பொதுக் கூட்டங்கள் நடத்தப்பட்டன.

இந்நிலையில் 14 ஜூலை 1960 அன்று மதுரையில் கூடிய தமிழ்நாடு காங்கிரஸ் கமிட்டி, குடியரசுத் தலைவரின் இந்தித் திணிப்பு உத்தரவுக்கு வரவேற்பு தெரிவித்துத் தீர்மானம் நிறைவேற்றியது. அதற்கடுத்த நாள் ஈ.வெ.கி.சம்பத் தலைமை யிலான இந்தி எதிர்ப்புப் போராட்டக்குழு கூடி சில முக்கிய முடிவுகளை எடுத்தது.

- சென்னையில் திமுக சார்பாக இந்தி எதிர்ப்பு மாநாட்டை நடத்துவது.
- போராட்டத்தில் ஈடுபட விருப்பமுள்ளோரின் பட்டியலைத் தயார்செய்து போராட்டக்குழுத் தலைவருக்கு அனுப்புமாறு கிளைக்கழகச் செயலாளர்களைக் கேட்டுக்கொள்வது.
- திமுக ஆதரவு மாணவர்கள், மருத்துவர்கள், வழக்கறிஞர்கள் ஆகியோருக்குப் போராட்டத்தில் கலந்துகொள்வதில் இருந்து விலக்களிப்பது.
- போராட்ட நிதிக்காக 20 ஜூலை 1960 முதல் 27 ஜூலை 1960 வரை உண்டியல் மூலம் நிதிபெற்று தலைமைக் கழகத்துக்கு அனுப்பிவைக்குமாறு கழக நிர்வாகிகளைக் கேட்டுக் கொள்வது.

திட்டமிட்டபடி இந்தி எதிர்ப்பு மாநாடு ஒன்று சென்னை கோடம்பாக்கத்தில் 1 ஆகஸ்டு 1960 அன்று கூடியது. மாநாட்டுக்கு முன்பாக இந்தி எதிர்ப்பு சுவரொட்டிகளைத் தயார் செய்து சுவர்களில் ஒட்டுவதற்குத் தயாராகினர் திமுக தொண்டர்கள். ஆனால் அவற்றுக்கு அரசு திடீர் தடை விதித்தது. அதுவும், ஆபாச சுவரொட்டித் தடுப்புச் சட்டத்தின்கீழ். அரசின் கெடுபிடிகளுக்கு மத்தியிலும் இந்தி எதிர்ப்பு மாநாட்டுக்கு பலத்த ஆதரவு இருந்தது.

விரைவில் தமிழ்நாட்டுக்குச் சுற்றுப்பயணம் வரவிருக்கும் குடியரசுத் தலைவர் டாக்டர் ராஜேந்திர பிரசாத்துக்கு எதிராகக் கறுப்புக்கொடி காட்டவேண்டும் என்றும் இந்தித் திணிப்பு அறிவிப்பைத் திரும்பப் பெறுக என்று கோஷங்களை எழுப்பவேண்டும் என்றும் மாநாட்டில் முடிவு செய்யப்பட்டது. அந்தப் போராட்டத்தின்போது பின்பற்ற வேண்டிய நடைமுறைகள் பற்றி அண்ணா பேசினார்.

கறுப்புக்கொடி காட்டுகிற நேரத்தில் குடியரசுத் தலைவரைத் திரும்பிப் போ என்று எவரும் சொல்லக்கூடாது. 'இந்தி ஒழிக! கட்டளையைத் திரும்பப் பெறுக!' என்றுதான் முழங்க வேண்டும். குடியரசுத் தலைவர் செல்லும் காரில் எதையும் எவரும் எறியக்கூடாது. அவர் தங்கியிருக்கும் கட்டிடத்துக்கு அருகில் எவரும் செல்லக்கூடாது. இவற்றை மீறுபவர்களை துரோகிகள் என்று சொல்லமாட்டேன்; மாறாக, அவர்கள் என் தம்பிகளே அல்ல!

போராட்ட தினத்தன்று தொண்டர்கள் ஏந்த வேண்டிய கறுப்புக்கொடிகளை அந்த மாநாட்டில் வைத்தே வழங்கினர் அண்ணா. போராட்டம் பெரிய அளவில் இருக்கும் என்பதை உணர்ந்த மத்திய உள்துறை அமைச்சர், இந்தி ஆட்சி மொழி குறித்த அரசின் நிலைப்பாட்டை விளக்கும் வகையில் பேசினார்.

பிரதமரின் வாக்குறுதியில் இருந்து மாறுபடும் எண்ணம் மத்திய அரசுக்கு இல்லை. அவர் அளித்த உறுதிமொழிக்கு ஏற்பவே அரசின் நடவடிக்கைகள் இருக்கும். இவையெல்லாம் குடியரசுத் தலைவரின் ஆணையிலேயே தெளிவாகக் குறிப்பிடப் பட்டுள்ளது. 1965க்குப் பிறகும் ஆங்கிலம் நீடிக்கவேண்டும் என்பதைத் திட்டவட்டமாகத் தீர்மானித்துவிட்டோம். இதை உறுதி செய்யும் வகையில் 1965க்கு முன்பாகவே நாடாளுமன்றத்தில் புதிய மசோதா கொண்டுவரப்படும்.

குடியரசுத் தலைவருக்கு எதிராகக் கறுப்புக்கொடி காட்டு வதற்குப் பதிலாக எனக்கு எதிராகக் கறுப்புக்கொடி காட்டுங்கள் என்று கோரினார் முதலமைச்சர் காமராஜர்.

திட்டத்தில் மாற்றமில்லை என்று சொல்லிவிட்டு, பிரதமர் நேருவுக்குக் கடிதம் எழுதினார் போராட்டக்குழுத் தலைவர் ஈ.வெ.கி. சம்பத். அந்தக் கடிதத்தில், 'ஏற்க மறுக்கும் மக்கள் மீது இந்தி ஒருபோதும் திணிக்கப்பட மாட்டாது' என்ற பிரதமர் நேருவின் உறுதிமொழியை நினைவூட்டிய சம்பத், அந்த உறுதிமொழியை உருக்குலைக்கும் வகையில் குடியரசுத் தலைவரின் உத்தரவு அமைந்துவிட்டதையும் கடிதத்தில் பதிவுசெய்தார். மேலும், இந்தி பேசாத மக்ககளுக்கு பிரதமர் நேரு முன்னர் அளித்த உறுதிமொழியை மீண்டும் ஒருமுறை அளிக்கும் பட்சத்தில், இந்தப் பிரச்னையில் ஏற்பட்டுள்ள நெருக்கடியான நிலையை இந்தச் சந்தர்ப்பத்தில் தணிக்கும் என்று நம்புவதாகவும் எழுதியிருந்தார்.

அதற்குப் பதில் கடிதம் எழுதினார் பிரதமர் நேரு. அந்தக் கடிதத்தில், 'மொழிப்பிரச்னை பற்றி நான் மக்களவையில் அளித்த வாக்குறுதிக்குப் புறம்பான காரியங்களை எப்போதும், எந்தச் சந்தர்ப்பத்திலும் அரசாங்கம் நிறைவேற்ற வாய்ப் பில்லை... நாங்கள் அளித்த வாக்குறுதிக்குக் கட்டுப்பட்டே இருக்கிறோம்.' என்று எழுதினார். இத்தனைக்குப் பிறகும் குடியரசுத் தலைவருக்குக் கறுப்புக்கொடி காட்டி அவரை அவமதிப்பது தமக்கு வருத்தத்தை ஏற்படுத்தும் என்றும் நேரு அந்தக் கடிதத்தில் குறிப்பிட்டிருந்தார்.

நேருவின் பதில் கடிதம் குறித்து திமுகவின் போராட்டக் குழுவினர் ஆலோசனையில் ஈடுபட்டனர். கிட்டத்தட்ட அதேசமயத்தில், ஐதராபாத் இந்தி பிரசார சபாவில் பேசிய குடியரசுத் தலைவர், 'எதிர்காலத்தில் மொழிப்பிரச்னை குறித்து பரிலிக்கும்போது அல்லது விவாதிக்கும்போது, இந்தி பேசாத சகோதரர்களின் இடர்கள், உணர்ச்சிகள் புறக்கணிக்கப்பட மாட்டாது என்று நான் உறுதியாக நம்புகிறேன். நமது பிரதமர் அடிக்கடி பொதுமக்களிடமும் மக்களவையிலும் கூறியிருப்பது போன்று, இந்தி எவர் மீதும் திணிக்கப்பட மாட்டாது' என்றார்.

பிரதமர் நேரு எழுதிய வாக்குறுதிக் கடிதம், குடியரசுத் தலைவரின் ஐதராபாத் பேச்சு ஆகிய இரண்டையும் மையமாக

வைத்து 4 ஆகஸ்டு 1960 அன்று ஆய்வுசெய்தது திமுக போராட்டக்குழு. எதிர்பார்த்த இடத்தில் இருந்து நம்பிக்கை தரக்கூடிய உறுதிமொழிகள் - பிரதமர் நேருவிடம் இருந்து - கிடைத்துவிட்டதால் கறுப்புக் கொடி காட்டும் போராட்டம் நிறுத்தப்பட்டுவிட்டது என்று அறிவித்தார் திமுக பொதுச் செயலாளர் இரா. நெடுஞ்செழியன். அதன் மூலம் மொழிப் போரின் மூன்றாம் கட்டம் முடிவுக்கு வந்தது.

நான்காம் கட்டம்

சின்னச்சாமியின் தியாகம்

1

ஜவாஹர்லால் நேருவின் அமைச்சரவையில் உள்துறை அமைச்சராக இருந்தவர் லால் பகதூர் சாஸ்திரி. இந்தியாவில் இருந்த இந்தி ஆதரவாளர்களுள் செல்வாக்கு நிரம்பிய மனிதர். இந்தியை இந்தியாவின் ஆட்சிமொழியாக ஆக்கவேண்டும் என்பதில் அதிக ஆர்வம் செலுத்தியவர். அந்த ஆர்வத்தை செயல் வடிவத்துக்குக் கொண்டுவரும் வகையில் நாடாளுமன்றத்தில் புதிய மசோதா ஒன்றைக் கொண்டுவர விரும்பினார் சாஸ்திரி.

முன்னதாக ஐம்பதுகளின் மத்தியில் அமைக்கப்பட்ட ஆட்சி மொழி ஆணையம் மற்றும் நாடாளுமன்றத்தின் குழு ஆகியவை கொடுத்த பரிந்துரைகளின் அடிப்படையில் 13 ஏப்ரல் 1963 அன்று ஆட்சி மொழி மசோதாவை நாடாளுமன்றத்தில் தாக்கல் செய்தார் சாஸ்திரி. அதன்படி 26 ஜனவரி 1965 முதல் இந்தி மொழி மட்டுமே இந்தியாவின் ஆட்சிமொழியாக இருக்கும். இந்திக்குத் துணையாக ஆங்கிலத்தைப் பயன்படுத்தலாம். இந்த இடத்தில் தான் சிக்கல் தொடங்கியது. ஷரத்துகளில் May, Shall என்ற இரண்டு ஆங்கிலப் பதங்கள் இடம்பெற்றிருந்தன.

குடியரசுத் தலைவரின் ஒப்புதலுடன் வெளியாகும் மத்திய அரசின் ஆணைகள், அவசரச் சட்டங்கள், விதிமுறைகள் இந்தி யில் மொழிபெயர்க்கப்பட்டால் அவை அதிகாரப்பூர்வமானவை யாகக் கருதப்படவேண்டும் (Shall be). நாடாளுமன்றத்தின் இரு அவைகளிலும் முன்மொழியப்படும் மசோதாக்கள், திருத்தங் களுக்கு இந்தி மொழிபெயர்ப்பும் இணைக்கப்படவேண்டும் (Shall be). மாநில ஆளுநரின் ஒப்புதலுடன் மாநில சட்டமன்றங் களில் நிறைவேற்றப்படும் சட்டங்களும்கூட ஆங்கிலத்தோடு

இந்தியிலும் மொழிபெயர்க்கப்பட வேண்டும் (Shall be). அந்த மொழிபெயர்ப்பும் அதிகாரப்பூர்வமானதாகக் கருதப்படும் (Shall be).

அரசியல் சாசனம் அமலுக்கு வந்தது தொடங்கி பதினைந்து ஆண்டுகள் கழிந்தபிறகும் மத்திய அரசின் அனைத்து அதிகாரப் பூர்வ நோக்கங்களுக்கும் நாடாளுமன்ற நடவடிக்கைகளுக்கும் இந்தியோடு சேர்த்து ஆங்கில மொழியும் தொடர்ந்து பயன் படுத்தப்படலாம் (May be).

இந்தி மொழி பற்றிய ஷரத்தில் Shall என்ற பதத்துக்கு அழுத்தம் தரப்பட்டது. ஆனால் ஆங்கில மொழி பற்றிய ஷரத்தில் Shallக்குப் பதிலாக May பயன்படுத்தப்பட்டது. இந்தியைக் கட்டாயமாகப் பயன்படுத்த வேண்டும் என்று சொன்ன அந்தச் சட்டம், ஆங்கில விஷயத்தில் மட்டும் பயன்படுத்தப்படலாம் என்று மேலோட்டமாகச் சொன்னது.

அதன்படி, இந்திய அரசியலமைப்புச் சட்டம் அமலாகி பதினைந்து ஆண்டுகள் கழிந்த பிறகு (26 ஜனவரி 1965) இந்தியா வின் ஒரே ஆட்சி மொழியாக இந்தி மட்டுமே இருக்கும். இணை ஆட்சி மொழியாக ஆங்கிலம் பயன்படுத்தப்படலாம் அல்லது பயன்படுத்தப்படாமலும் போகலாம். ஆங்கிலத்தைப் பயன் படுத்துவதற்கு எந்தவிதமான சட்ட உரிமையும் இல்லை. பயன் படுத்துவதும் பயன்படுத்தாமல் விடுவதும் ஆட்சியாளர்களின் கைகளில்தான் இருக்கிறது. இதன்மூலம் இந்தியைத் தவிர மற்ற தேசிய மொழிகளின் எதிர்காலத்துக்கு எந்தவித உத்தரவாதமும் இல்லை என்ற சூழல் உருவாக்கப்பட்டது.

ஆட்சிமொழி மசோதாவைத் தாக்கல் செய்து பேசிய உள்துறை அமைச்சர் சாஸ்திரி, ‘நாடாளுமன்றத்தின் குழுவால் வழங்கப் பட்ட அறிக்கையை நாடாளுமன்ற உறுப்பினர்கள் பரிசீலனை செய்திருக்கிறார்கள். நான் அறிந்தவரை இந்தக் குழுவின் பரிந் துரைகளுக்கு இந்த அவை ஒப்புதல் கொடுத்திருக்கிறது’ என்றார். அமைச்சரின் இந்தக் கருத்துக்கு உறுப்பினர்கள் மத்தியில் எதிர்ப்பு எழுந்தது.

அறிக்கையின் மீது வாக்கெடுப்பு எதுவும் நடத்தப்படவில்லை; திருத்தங்கள் கொடுப்பதற்கு அனுமதி தரப்படவில்லை. இந்நிலையில் அறிக்கையை நாடாளுமன்றம் ஏற்றுக்கொண்டது

என்ற தவறான தகவலை உள்துறை அமைச்சர் சாஸ்திரி அவைக்குத் தரக்கூடாது என்று ஆவேசமாகக் கூறினார் மக்களவை உறுப்பினர் ஃப்ராங்க் அந்தோனி.

அதற்கு பதிலளித்த அமைச்சர் சாஸ்திரி, 'வாக்கெடுப்பு நடக்க வில்லைதான். ஆனால் நாடாளுமன்றத்தின் குழு அளித்த பரிந்துரைகளுக்கு அனுமதி அளிக்கும் பெரும்பான்மையான உறுப்பினர்கள் இந்த மன்றத்தில் இருந்தார்கள்' என்று சொல்லி, நாடாளுமன்றத்தில் காங்கிரஸ் கட்சிக்குத்தான் பெரும்பான்மை இருக்கிறது, ஆகவே, காங்கிரஸ் கட்சி எடுக்கும் முடிவுதான் இறுதிமுடிவு என்பதை சொல்லாமல் சொல்லிமுடித்தார்.

நேருவின் முந்தைய வாக்குறுதி ஏன் மசோதாவில் இணைக்கப் படவில்லை என்ற கேள்வி எழுந்தபோது மக்களவை உறுப்பினர் ஃப்ராங்க் அந்தோனிக்கும் பிரதமர் நேருவுக்கும் இடையே நேருக்கு நேரான வாக்குவாதம் நடந்தது. உச்சக்கட்டமாக, 'நாடாளுமன்றத்தில் நிறைவேற்றப்படும் சட்டம் மற்றும் மசோதாவுக்கும் என்னுடைய உறுதிமொழிக்கும் தொடர்பு இல்லை. நாடாளுமன்றம், சட்டமன்றம் ஆகிய அமைப்புகளின் அதிகாரத்தைக் கட்டுப்படுத்துவது முட்டாள்தனம்' என்று பதில் சொல்லி எல்லோரையும் அதிர்ச்சியில் ஆழ்த்தினார் பிரதமர் நேரு.

அதற்கு பதிலடியாக திமுக நாடாளுமன்ற உறுப்பினர் நாஞ்சில் மனோகரன் ஆற்றிய எதிர்வினை கவனிக்கத்தக்கது.

'பிளாரன்ஸ் வணிகன் மாக்கியவல்லி கூறியதை நினைவுபடுத்த விரும்புகிறேன். எவ்வளவு வாக்குறுதிகள் கொடுக்கமுடியுமோ, அவ்வளவு கொடு. ஆனால் அதன்படி நடக்காதே என்றான் மாக்கியவல்லி. பிரதமர் அதனைப் பின்பற்றுவாரானால், அவருக்கு இருபதாம் நூற்றாண்டின் மாக்கியவல்லி என்று பட்டமளிக்கிறேன்'

ஆட்சிமொழி சட்டத்தில் இருக்கும் May, Shall என்ற வார்த்தைகள் இந்தி பேசாத மக்களை அவமதிக்கிறது; தவிரவும், இந்தி மொழி புழக்கத்தில் இல்லாத பிராந்தியங்களின் மக்கள் விரும்பும்வரை ஆங்கிலத்தை அகற்றமாட்டேன்; ஆங்கிலம் இணை ஆட்சி மொழியாக நீடிக்கும் என்ற நேருவின் வாக்குறுதி காற்றில் பறக்கவிடப்பட்டுள்ளது என்று விமரிசித்தார் அண்ணா.

இந்தித் திணிப்புக்கு எதிரான போராட்டங்கள் குறித்து ஆலோசனை செய்வதற்காக திமுகவின் செயற்குழு, பொதுக்குழுக் கூட்டங்கள் 8 ஜூன் 1963 தொடங்கி மூன்று நாள்களுக்கு நடந்தன. அப்போது இந்தித் திணிப்பை எதிர்த்து திமுக நேரடிப் போராட்டத்தில் இறங்குவது என்று தீர்மானிக்கப்பட்டது. போராட்டக் குழுவின் தலைவராக மு. கருணாநிதி தேர்வு செய்யப்பட்டார். அந்தக் குழுவில் என்.வி. நடராசன் உள்ளிட்ட மாவட்டச் செயலாளர்கள், மாநில அமைப்பாளர்கள் பலரும் இடம்பெற்றனர்.

திமுக கிளர்ச்சிகளைக் கைவிடவேண்டும் என்று வேண்டுகோள் விடுத்தார் உள்துறை அமைச்சர் லால் பகதூர் சாஸ்திரி. ஒரு வேளை வேண்டுகோள் புறக்கணிக்கப்பட்டால் கிளர்ச்சியாளர்கள் மீது பாதுகாப்புச்சட்டம் பாயக்கூடும் என்றும் எச்சரிக்கை விடுத்தார். ஆனால் அவற்றைப் பற்றிக் கவலைப்படாமல் போராட்டத்துக்குத் தயாரானது திமுக. மு. கருணாநிதி தலைமையிலான போராட்டக்குழுவினர் இந்தித் திணிப்புக்கு எதிரான பிரசாரப் பணிகளில் தீவிரம் காட்டினர்.

இந்தி இந்தியாவின் ஆட்சிமொழியாகத் திணிக்கப்பட்டால் இந்திக்காரர்கள்தான் இதர மக்கள் மீது ஆதிக்கம் செலுத்துவார்கள். தமிழர்கள் மூன்றாம்தரக் குடிமக்களாக நடத்தப்படுவார்கள் என்று எச்சரித்தார் அண்ணா. மாநிலங்களவையில் நடந்த விவாதத்தின்போது, 'பெரும்பான்மை மக்களால் பேசப்படும் இந்தியைத்தான் தேசிய மொழியாக எல்லோரும் ஏற்றுக்கொள்ளவேண்டும்' என்று இந்தி ஆதரவு உறுப்பினர்கள் பேசிய போது அவர்களுக்கு அண்ணா கேட்ட எதிர்க்கேள்வி சுவாரஸ்யமானது.

'அப்படியென்றால் இந்தியாவில் அதிக எண்ணிக்கையில் இருக்கும் காக்கைதானே தேசியப்பறவையாக இருந்திருக்க வேண்டும், மாறாக, அழகிய மயிலை ஏன் தேசியப்பறவையாக வைத்திருக்கிறோம்'?'

'மொழி என்பது உணர்ச்சிபூர்வமானது. ஒருவன் வாழ்க்கை முழுவதிலும் அது பிரதிபலிக்கிறது. தொட்டு நிற்கிறது. எனவே இதுகுறித்து விளையாட்டாகவோ மேம்போக்காகவோ பேசிவிட்டு நிறுத்திவிட முடியாது. ஒரு மொழியை மட்டும் மத்திய அரசு ஆட்சி மொழியாக ஏற்றுக் கொண்டால் அந்த மொழியைப்

பேசுகிறவர்கள் மட்டும் ஆட்சியாளர்களாகவும், அம் மொழியைத் தாய்மொழியாகக் கொள்ளாதவர்கள் ஆளப் படுபவர்களாக ஆகி விடுவார்கள். ஒரு மொழிதான் ஆட்சி மொழியாக வேண்டுமா? அல்லது இந்நாட்டின் ஒற்றுமை முக்கியமா? இதுதான் இன்று கேள்வி. எனவே நாட்டின் ஒற்றுமையைக் கருத்தில் கொண்டு இந்தியைத் தாய்மொழியாகக் கொள்ளாதவர்களின் விருப்பங்களையும் அச்சங்களையும் மதித்து சரியானதொரு முடிவை எடுக்க வேண்டிய நிலைமையில் இந்தியைத் தாய்மொழியாகக் கொண்டவர்கள் இருக்கிறார்கள்.' என்று தனது அதிருப்தியைப் பதிவுசெய்தார் முஸ்லிம் லீக் தலைவர் காயிதே மில்லத்.

பொதுக்கூட்டங்கள். கண்டனக் கூட்டங்கள். பிரசார நாடகங்கள். சுவரொட்டிகள். துண்டுப் பிரசுரங்கள். கலை நிகழ்ச்சிகள் ஆகியவற்றின் மூலம் மத்திய அரசின் இந்தித் திணிப்பு முயற்சிகள் மக்களுக்கு எடுத்துச்சொல்லப்பட்டன. 13 அக்டோபர் 1963 அன்று சென்னையில் நடந்த இந்தி எதிர்ப்புப் பொதுமாநாட்டில் முக்கியத்துவம் வாய்ந்த முடிவுகள் எடுக்கப்பட்டன.

இந்தியை ஆட்சிமொழியாக அறிவிக்கும் இந்திய அரசியல் சாசனத்தின் பதினேழாவது பிரிவை நீக்க வேண்டும்; தமிழ் உள்ளிட்ட இந்தியாவின் பதினான்கு தேசிய மொழிகளையும் ஆட்சிமொழியாக்கும் வகையில் புதிய சட்டப் பிரிவு இணைக்கப் படவேண்டும். இவைதான் எங்களுடைய பிரதான கோரிக்கை கள். அவற்றை வலியுறுத்தி 17 நவம்பர் 1963 தொடங்கி 26 ஜனவரி 1965 வரை இந்தித் திணிப்புக்கு எதிரான போராட்டங்கள் தொடர்ச்சியாக நடத்தப்படும் என்று அறிவித்தது திமுக.

பேரணிகள் நடத்துவது, ஊர்வலம் செல்வது, மறியல் செய்வது, கறுப்புக்கொடி காட்டுவது, கறுப்பு பேட்ஜ் அணிவது, கறுப்புக்கொடி ஏற்றுவது என்று போராட்டங்கள் தொடங்கின. அண்ணா, கே.ஏ. மதியழகன், மு. கருணாநிதி, க. அன்பழகன் உள்ளிட்ட முக்கியத் தலைவர்கள் நேரடியாகக் களத்தில் இறங்கி னர். சட்ட நகல் எரிப்புப் போராட்டத்தில் ஈடுபட்டவர்கள் ஆறுமாதம், ஒருவருடம் என்று சிறைத் தண்டனை பெற்றனர்.

அரசியல் கட்சிகள் நடத்திய போராட்டங்கள் மாணவர்களையும் இளைஞர்களையும் ஈர்க்கத் தொடங்கின. அப்படி ஈர்க்கப்

பட்டவர்களில் திருச்சி மாவட்டம் கீழப்பழூரைச் சேர்ந்த இருபத்தியேழு வயது சின்னச்சாமியும் ஒருவர். ஆறுமுகம் - தங்கம்மாள் தம்பதியின் மகன். திமுக தொண்டரான இவருக்கு கமலா என்ற மனைவியும் திராவிடச் செல்வி என்ற இரண்டு வயது மகளும் இருந்தனர். சொந்த வேலை காரணமாக திருச்சி யில் இருந்து ரயில் மூலம் சென்னை சென்ற சின்னச்சாமிக்கு, முதலமைச்சர் பக்தவத்சலமும் அதே ரயிலில்தான் பயணம் செய்கிறார் என்ற செய்தி காதில் விழுந்தது.

ஆம். தமிழ்நாட்டின் முதலமைச்சராக காமராஜர் இருந்த சமயத்தில் தேசிய அளவில் காங்கிரஸ் கட்சிக்கு நாடு தழுவிய அளவில் சரிவுகள் ஏற்படத் தொடங்கியிருந்தன. ஆகவே, காங் கிரஸ் கட்சியைக் காப்பாற்றும் வகையில் மத்திய, மாநில அமைச்சர்கள், முதலமைச்சர்கள் உள்ளிட்டோர் அரசுப்பதவி யில் இருந்து விலகி, கட்சிப்பணிகளில் ஈடுபடுவதற்கு வழி வகை செய்யும் வகையில் ஒரு திட்டத்தை உருவாக்கினார் காமராஜர். கே. பிளான் என்ற அந்தத் திட்டத்தின்படி காமராஜர் பதவி விலகினார். அவருக்குப் பதிலாக எம். பக்தவத்சலம் தமிழ்நாட்டின் முதலமைச்சரானார். மேலும், மொரார்ஜி தேசாய், லால் பகதூர் சாஸ்திரி போன்றோர் பதவி விலகினர். பின்னர் காமராஜ் அகில இந்திய காங்கிரஸ் தலைவரானதும் சாஸ்திரி மீண்டும் அமைச்சரவையில் சேர்த்துக்கொள்ளப்பட்ட தும் தனிக்கதைகள். நாம் தமிழ்நாட்டு விஷயங்களுக்கு வந்து விடலாம்.

ரயில் சென்னை மாம்பலம் ரயில் நிலையத்தில் வந்து நின்றதும் முதலமைச்சர் பக்தவத்சலத்தைச் சென்று பார்த்தார் இந்தித் திணிப்பு எதிர்ப்பாளரான சின்னச்சாமி. இந்தித் திணிப்பைத் தடுத்து நிறுத்தி, தமிழ் மொழியைக் காப்பாற்ற ஏதேனும் முயற்சிசெய்யக்கூடாதா? என்று அவரிடம் கேள்வி எழுப்பினார். அடிப்படையில் இந்திக்கு ஆதரவானவர் முதலமைச்சர் பக்தவத்சலம். திமுக நடத்திய இந்தி எதிர்ப்புப் போராட்டங்கள் காரணமாக முதலமைச்சர் என்ற முறையில் பலத்த அதிருப்தியில் இருந்த அவருக்கு சின்னச்சாமி எழுப்பிய கேள்வி எரிச்சலைக் கூட்டியது. சின்னச்சாமிக்கு எந்தப் பதிலையும் கூறாமல் நகர்ந்து சென்றுவிட்டார். பின்னர் காவலர்கள் சின்னச்சாமியை எழும்பூர் காவல்நிலையத்துக்கு அழைத்துச்சென்று விசாரித்து அனுப்பி வைத்தனர்.

இந்தித் திணிப்புக்கு எதிரான போராட்டத்தில் தன்னுடைய பங்களிப்பு ஏதேனும் இருக்கவேண்டும் என்று நினைத்த சின்னச்சாமி, தனது நண்பருக்குக் கடிதம் ஒன்றை எழுதினார். அந்தக் கடிதத்தின் முக்கியப்பகுதி மட்டும் இங்கே:

ஏ, தமிழே! நீ வாழவேண்டும் என்பதற்காக நான் துடியாத் துடித்துச் சாகப்போகிறேன்.. காலை 11 மணிக்குள் என் உடல் மீது பெட்ரோல் ஊற்றிக்கொண்டு செத்துவிடுவேன். இதைப் பார்த்த பிறகாவது ஏன் இந்தி? எதற்காக இந்தி? என்று மக்கள் கேட்கட்டும்.

நண்பருக்குக் கடிதத்தில் சொன்னதை செயல்வடிவத்துக்குக் கொண்டுவரும் வகையில் 25 ஜனவரி 1964 அன்று காலை திருச்சி ரயில் நிலையத்துக்கு வந்த சின்னச்சாமி தன்னுடைய உடலுக்குத் தீவைத்துக்கொண்டார். இந்தி ஒழிக! தமிழ் வாழ்க! என்ற கோஷம் எழுப்பியபடியே எரியத் தொடங்கினார். சில நிமிடங் களில் கோஷம் நின்றது. உயிர் பிரிந்தது. இந்தித் திணிப்பைக் கண்டித்து நடைபெற்ற நான்காம் கட்ட மொழிப்போரில் முதல் களபலியாக மாறியிருந்தார் சின்னச்சாமி!

இந்தித் திணிப்புக்கு எதிரான போராட்டங்கள் ஏற்கெனவே வலுத்துக்கொண்டிருந்த சமயத்தில் சின்னச்சாமி தீக்குளித்து மரணம் அடையவே, போராட்டம் வேகமெடுத்தது. திமுக நடத்திய போராட்டத்துக்கு ஆதரவு பெருகத் தொடங்கியது. பள்ளி, கல்லூரிகளைச் சேர்ந்த மாணவர்களும் தமிழார்வம் கொண்ட இளைஞர்களும் போராட்டத்தில் கலந்துகொள்ள முன் வந்தனர். இந்தித் திணிப்பை எதிர்க்கக்கூடிய அத்தனைபேரும் போராட்டக் களத்துக்கு வந்தனர்.

இந்தித் திணிப்புக்கு எதிரான மாணவர் போராட்டங்கள் வலுத்துக் கொண்டிருந்த சமயத்தில் பிரதமர் ஜவாஹர்லால் நேரு உடல்நிலை பாதிக்கப்பட்டு மரணம் அடைந்தார். அவருக்குப் பதிலாக மூத்த அமைச்சர் லால் பகதூர் சாஸ்திரி பிரதமர் பொறுப்புக்கு வந்தார்.

இந்தி இந்தியாவின் ஆட்சிமொழியாக மாறவிருக்கும் 26 ஜனவரி 1965 நெருங்க நெருங்க போராட்டத்தின் வேகம் அதிகரித்தது. திமுக நடத்திவரும் போராட்டங்கள், அதற்கு மாணவர்களும் பொதுமக்களும் கொடுத்துவருகின்ற ஆதரவு ஆகியன குறித்து

காங்கிரஸ் கட்சியின் அகில இந்திய தலைவர் காமராஜர் அதிருப்தி தெரிவித்தார். அதற்காக காமராஜரை இந்தித் திணிப்புக்கு ஆதரவானவர் என்று சொல்லிவிடமுடியாது. அவர் தமிழுக்கு ஆதரவானவர்தான். பச்சைத்தமிழர் என்று பெரியாரால் பாராட்டப்பட்டவர்தான். ஆனாலும் திமுக நடத்தும் போராட்டங்கள் மத்தியிலும் மாநிலத்திலும் இருக்கும் காங்கிரஸ் அரசுக்குத் தலைவலி கொடுக்கிறதே என்பதுதான் அவருடைய அதிருப்திக்குக் காரணம்.

இன்றைய அத்தியாவசியப் பிரச்னை சோற்றுப் பிரச்னைதானே தவிர மொழிப்பிரச்னை அல்ல என்றார் காமராஜர். சோற்றுப் பிரச்னைதான் பிரதானம் என்றால் எதற்காக பிரதமர் லால் பகதூர் சாஸ்திரி இந்தித் திணிப்பு விஷயத்தில் கவனம் செலுத்த வேண்டும்; பேசாமல் தமிழையும் ஆட்சிமொழியாக அறிவித்து விட்டு, சோற்றுப் பிரச்னையைத் தீர்க்கும் விஷயத்தில் கவனம் செலுத்தலாமே என்று காமராஜரிடம் கேள்வி எழுப்பினார் அண்ணா.

8 ஜனவரி 1965 அன்று கூடிய திமுக செயற்குழு, ஜனவரி 26 அன்று குடியரசு நாளை துக்க நாளாக அனுசரிக்க முடிவுசெய்தது. பதினைந்து ஆண்டுகளுக்கு முன்பு சுதந்தர தினத்தை இன்ப நாளாகக் கொண்டாடிய அண்ணா, தற்போது குடியரசு தினத்தைத் துக்கநாளாக அனுசரிப்பது துரோகச் செயல் இல்லையா? என்று கேள்வி எழுப்பினர் காங்கிரஸ் தலைவர்கள்.

அதற்கு பதிலளித்த அண்ணா, 'உண்மைதான். குடியரசு தினம் முக்கியத்துவம் வாய்ந்த தினம்தான். அந்த நாளில் இந்தி எதிர்ப்பை ஒத்திவைத்தால் என்ன செய்வீர்கள்? இந்திதான் ஆட்சிமொழி என்பதை திமுகவும் தென்னக மக்களும் ஏற்றுக் கொண்டார்கள் என்று மூலைக்கு மூலை பொய்ப் பிரசாரம் செய்வீர்கள். அதைத் தடுக்கவே குடியரசு நாளை அமைதியான முறையில் துக்கநாளாக அனுசரிக்கிறோம்!' என்றார்.

இந்தித் திணிப்புக்கு எதிராக திமுக நடத்திய போராட்டங்களுக்கு மாற்றுக்கட்சிகளைச் சேர்ந்தவர்களும் மாற்றுக்கருத்துகளைக் கொண்டவர்களும்கூட ஆதரவு தெரித்தனர். அவர்களில் முக்கிய மானவர், கடந்த காலங்களில் இந்தியின் காவலராக அடை யாளம் காணப்பட்ட ராஜாஜி. தற்போது இந்தியை எதிர்க்கத் தயாராகி இருந்தார். மொழிப் பிரச்னை என்பது இந்திக்கும்

ஆங்கிலத்துக்கும் இடையேயான யுத்தமே தவிர இந்திக்கும் தமிழுக்கும் இடையில் நடக்கும் யுத்தம் அல்ல என்பது ராஜாஜியின் வாதம். தற்போது இந்தியை ஆட்சிமொழியாக மாற்றிவிட்டு, ஆங்கிலத்தை அப்புறப்படுத்தும் மத்திய அரசின் முயற்சிகளை ராஜாஜி எதிர்த்தார்.

நல்ல நாட்டுப் பற்றுள்ள, நுண்ணறிவுள்ள இந்தியக் குடிமக்கள் மூன்று கோடி பேரை கோபம் கொண்ட பிரிவினைக் காரர்களாக மாற்றும் சட்டமே ஆட்சிமொழி சட்டம் என்று தன்னுடைய சுயராஜ்யா இதழில் எழுதிய ராஜாஜி, இந்தி எதிர்ப்புப் போராட்டத்தில் ஈடுபடும் திமுகவுக்குத் தனது ஆதரவைத் தெரிவித்தார்.

17 ஜனவரி 1965 அன்று நீதிக்கட்சித் தலைவர் பி.டி.ராசன் தலைமையில் திருச்சி தேவர் மன்றத்தில் இந்தித் திணிப்பு எதிர்ப்பு மாநாடு கூடியது. அதைத் தொடங்கி வைத்தவர் ராஜாஜி.

வட நாட்டவரின் கையில் இருக்கும் மத்திய அரசு இந்தியை மட்டும் ஆட்சிமொழியாக்கினால் இந்தியத் துணைக் கண்டம் பதினைந்து கூறுகளாகப் பிரிந்துவிடும். பிரிவினை கூடாது என்று மத்திய அரசினர் முன்பு சட்டம் செய்தனர். இப்போது பிரிவினை மனப்பான்மையை உண்டாக்குவதற்குச் சட்டம் செய்துள்ளார் கள். அரசமைப்புச் சட்டத்தின் 17வது பிரிவு, இந்தியை ஆட்சி மொழி ஆக்குவதற்கு வழி செய்கிறது. அந்தப் பிரிவைத் தூக்கிக் கடலில் போடுங்கள் என்று பேசினார் ராஜாஜி.

திமுகவின் இந்தித் திணிப்புக்கு எதிரான போராட்டம் குறித்து மாநில சட்டமன்றத்தில் பேசிய முதலமைச்சர் பக்தவத்சலம், ‘திமுக குடியரசு தினத்தை அமைதியான முறையில் துக்கநாளாகக் கொண்டாடினாலும் அதனைப் பார்த்துக் கொண்டு அரசாங்கம் சும்மா இருக்காது. திருமண வீட்டில் யாராவது அழுதுகொண்டு இருந்தால் அதைத் திருமண வீட்டார் அனுமதிக்கமாட்டார்கள். அழுதுகொண்டிருப்பவர்களை வெளியே பிடித்துத் தள்ளி விடுவார்கள். திமுகவினர் தமது வீடுகளில் கறுப்புக்கொடி ஏற்று வதை அரசாங்கம் அனுமதிக்காது. கலவரமே ஏற்பட்டாலும் திமுகவினருக்கு அரசு பாதுகாப்பு தராது. பொதுமக்களே அவர்களுடைய அடாத செயலைத் தடுத்து நிறுத்திவிடுவார்கள்.’ என்றார்.

உயிரைக் கொடுத்த தியாகிகள்

2

இந்திய அரசின் இந்தித் திணிப்பு முயற்சிகளுக்கு எதிர்ப்பு தெரிவிக்கக் கல்லூரி மாணவர்கள் களத்துக்கு வரத் தொடங்கி னர். சென்னை, மதுரை, தஞ்சை, திருச்சி, கோவை என்று தமிழகத்தின் பல இடங்களில் மாணவர்கள் திரண்டனர்.

மத்திய அரசுக்கு எதிராகக் கண்டன ஊர்வலங்கள் நடத்தலாம் என்று யோசனை கொடுத்தனர் சில மாணவர்கள். அரசியல் கட்சிகள் அதே உத்தியைப் பயன்படுத்துவதால், அதற்குப் பதிலாக இந்திப் புத்தகங்களை எரித்து எதிர்ப்பைக் காட்டலாம் என்று வேறு சில மாணவர்கள் யோசனை கொடுத்தனர். நம்முடைய தீவிரமான எதிர்ப்பு அரசாங்கத்துக்குப் புரிய வேண்டும் என்றால் இந்திய அரசியல் அமைப்புச் சட்டத்தின் பதினேழாவது பிரிவு நகலைக் கொளுத்த வேண்டும் என்றனர் சில தீவிர சிந்தனை கொண்ட மாணவர்கள். இறுதியாக, சட்ட நகல் எரிப்பு தவிர்த்த இன்னபிற போராட்டங்களை நடத்துவது என்று முடிவுசெய்தனர் மாணவர்கள்.

இந்தித் திணிப்புக்கு எதிராக முதலில் தீக்குளித்துத் தனது உயிரைத் தியாகம் செய்த கீழப்பழூர் சின்னச்சாமியின் முதலாம் ஆண்டு நினைவுநாளான 25 ஜனவரி 1965 அன்று போராட்டத்தைத் தொடங்குவது என்று முடிவானது. நடக்க இருக்கும் மாணவர் கள் போராட்டம் சிங்கத்தமிழன் சின்னச்சாமியின் நினைவு களுடன் தொடங்கும்! என்று அறிவித்தனர் மாணவர்கள். அந்த அறிவிப்பில் பங்கம் விளைந்திடில் தாய்மொழிக்கே - உடற் பச்சை ரத்தம் பரிமாறிடுவோம் என்ற புரட்சிக் கவிஞர் பாரதிதாசன் எழுதிய வரிகளையும் சேர்த்துக்கொண்டனர்.

மாநிலம் முழுக்க உள்ள அனைத்து கல்லூரிகளுக்கும் போராட்ட அறிக்கையை அனுப்பி, போராட்டக்களத்தை விரிவுபடுத்தும் முயற்சிகளில் மாணவர்கள் இறங்கினர். போராட்டத்துக்கான களப்பணிகளைக் கடிதங்கள் மூலமும் செய்யமுடியும் என்பதை நிரூபித்த மாணவர்களுள் தஞ்சை சரபோஜி கல்லூரியில் படித்துக் கொண்டிருந்த ம.நடராசன் முக்கியமானவர். (ஜெயலலிதாவின் தோழி சசிகலாவின் கணவர் நடராசன்.)

கடிதங்களையும் அறிக்கைகளையும் அஞ்சல் மூலமாக அனுப்புவதோடு, மாணவர்களை நேரில் சந்தித்துப் பேசினால் ஆதரவு பெருகும் என்ற யோசனை முன்வைக்கப்பட்டது. அந்தப் பணியில் சென்னை சட்டக்கல்லூரி, பச்சையப்பன் கல்லூரி, லயோலா கல்லூரி, மதுரை தியாகராசர் கல்லூரி, அமெரிக்கன் கல்லூரி, தஞ்சை மருத்துவக் கல்லூரி, மன்னர் சரபோஜி கல்லூரி என்று பல கல்லூரிகளைச் சேர்ந்த மாணவர்கள் இறங்கினர்.

எப்போது எந்த ஊரில் ஊர்வலம் தொடங்கவேண்டும்; எந்தெந்த பாதைகளில் செல்லவேண்டும்; என்ன மாதிரியான கோஷங் களை எழுப்பவேண்டும்; என்னென்ன கட்டுப்பாட்டு நெறி முறைகளைப் பின்பற்றவேண்டும்; காவல் துறையினரின் அடக்குமுறையை எப்படி எதிர்கொள்ள வேண்டும் என்று ஒவ்வொரு அம்சத்தையும் பார்த்துப் பார்த்து செய்தனர். பகிரங்கக் கூட்டங்கள் நடத்துவதில் சிக்கல்கள் எழுந்தபோது ரகசியக் கூட்டங்கள் நடத்தி, ஆகவேண்டிய காரியங்களைச் செய்தனர்.

25 ஜனவரி 1965 அன்று போராட்டம் தொடங்கியது. இந்திப் புத்தகங்களை எரித்து போராட்டத்தைத் தொடங்க வேண்டும் என்பது மதுரை மாணவர்களின் விருப்பம். திடீரென இரண்டு மாணவர்கள் ஆவேசத்துடன் வந்தனர். அவர்களுடைய கைகளில் சில காகிதங்கள். வந்த வேகத்தில் அவற்றுக்குத் தீவைத்தனர். கண்ணுக்கு எதிரே காகிதங்கள் கருகியது அந்த மாணவர்களை உற்சாகப்படுத்தியது. எரிக்கப்பட்ட காகிதங்கள் இந்திய அரசியல் சட்டத்தின் பதினேழாவது பிரிவின் நகல்கள். பின்னாளில் தமிழக அமைச்சராகவும் சபாநாயகராகவும் பதவி வகித்த டாக்டர் கா. காளிமுத்துவும் திரைப்படக் கவிஞராகப் புகழ்பெற்ற நா. காமராசனும்தான் சட்ட நகலை எரித்த அந்த இரண்டு மாணவர்கள். சட்ட நகலை எரித்ததும் அவர்களைக் காவலர்கள் கைது செய்தனர்.

கைது பற்றிக் கவலைப்படாமல் கண்டன ஊர்வலத்தில் கலந்து கொண்ட மாணவர்களின் கவனத்தை அங்கிருந்த அலங்கார வளைவுகள் ஈர்த்தன. மறுநாள் நடக்க இருந்த குடியரசு தினக் கொண்டாட்டத்துக்காக காங்கிரஸ் கட்சியினர் ஏற்பாடு செய்திருந்த அந்த வளைவுகளை மாணவர்கள் தாக்கி அழித்தனர். அதன் காரணமாக அந்தப் பகுதியில் பலத்த பதற்றம் ஏற்பட்டது.

உண்மையில் மாணவர்கள் போராட்டத்துக்குத் தயாராகிக் கொண்டிருந்த சமயத்தில் காங்கிரஸ் கட்சியினர் சார்பிலும் தீவிர எண்ணம் கொண்ட இளைஞர்கள் சிலர் போராட்டத்தைத் தடுக்கத் தயாராகிக் கொண்டிருந்தனர். கறுப்புக்கொடிகளைப் பொசுக்குவோம்; சுவரொட்டிகளைக் கிழித்தெறிவோம் என்பன போன்ற கோஷங்களுடன் சில குழுக்கள் உருவாகின. காமராஜர் இளைஞர் படை, பச்சை சட்டைத் தொண்டர் படை, நேரு படை என்று தனித்தனிப் பெயர்களில் குழுக்கள் உருவாகின.

அலங்கார வளைவுகளைத் தாக்கிய மாணவர்களுக்கும் இந்தக் குழுக்களைச் சேர்ந்தவர்களுக்கும் இடையே மோதல்கள் வெடித்தன. கலவரத்தைத் தடுக்கும் வகையில் கண்ணீர்ப்புகை குண்டுகளை வீசியது காவல்துறை. பின்னர் தடியடிப் பிரயோகத்திலும் ஈடுபட்டனர். அப்போது மதுரை மாவட்ட ஆட்சியராக இருந்தவர் டி.என். சேஷன்.

மதுரையில் மட்டுமல்ல, கோவை, திருச்சி, மேலூர், மாயவரம், தஞ்சாவூர், சிதம்பரம், கும்பகோணம், விருதுநகர், திருநெல்வேலி, ஈரோடு, திருப்பூர், நாகப்பட்டினம் உள்ளிட்ட தமிழ் நாட்டின் ஒவ்வொரு முக்கிய நகரத்தையும் மாணவர் போராட்டங்கள் ஆக்கிரமித்தன. முக்கியமாக, சென்னையில் மாணவர்கள் நடத்திய கண்டன ஊர்வலம் பலத்த அதிர்வுகளை ஏற்படுத்தியது.

சென்னையில் இருக்கும் பெரும்பாலான கல்லூரி மாணவர்களும் களத்தில் இறங்கிவிட்டதால் ஊர்வலம் பெரிய அளவில் நடந்தது. கண்டன ஊர்வலம் நேராக நேப்பியர் பூங்கா நோக்கிச் சென்று பின்னர் கலைந்துவிட வேண்டும் என்பதுதான் மாணவர் அமைப்பின் தலைவர் ரவிச்சந்திரன் போராட்டத்தில் ஈடுபட்ட மற்ற மாணவர்களுக்குக் கொடுத்த அறிவுரை. ஆனால் மாணவர்களோ திடீரென கோட்டை நோக்கிப் புறப்பட்டனர்.

முதலமைச்சர் பக்தவத்சலத்தைச் சந்தித்துப் பேசவேண்டும்; இந்தித் திணிப்பைக் கைவிடவேண்டும் என்று கோரிக்கை வைக்கவேண்டும் என்று மாணவர்கள் விருப்பம் தெரிவித்தனர். அதனைத் தொடர்ந்து மாணவர் பிரதிநிதிகள் ரவிச்சந்திரன், நாவளவன், சீனிவாசன் உள்ளிட்டோர் முதல்வரைச் சந்திக்கச் சென்றனர். ஆனால் அவர்களைச் சந்திக்க முதலமைச்சர் மறுத்துவிட்டதால் அதிருப்தியுடன் திரும்பிவந்தனர் மாணவர் பிரதிநிதிகள்.

தங்களைச் சந்திக்காமல் தவிர்த்த முதல்வருக்குத் தங்கள் அதிருப்தியை வெளிப்படுத்தும் வகையில் இனிமேல் கல்லூரிக்குச் செல்லப்போவதில்லை என்று அறிவித்தனர் மாணவர்கள். 'நான் எதற்காக மாணவர்களைச் சந்திக்கவேண்டும்? மாணவர்கள் கல்லூரிக்கு வராவிட்டால் போகட்டும்; எனக்கு ஐந்து கோடி ரூபாய் மிச்சம்!' என்றார் பக்தவத்சலம். ஜனவரி 25 அன்று மட்டும் கண்டன ஊர்வலம் நடத்துவது என்ற முடிவை மாணவர்கள் மாற்றிக்கொள்ள வேண்டிய நிர்பந்தத்தை அரசின் அடக்குமுறை நடவடிக்கைகள் உருவாக்கியிருந்தன. தொடர்ச்சியாகப் போராட்டம் நடத்துவது என்ற முடிவுக்கு மாணவர் தலைவர்கள் வந்தனர்.

26 ஜனவரி 1965 அன்று அதிகாலை நான்கு மணி அளவில் பரபரப்புச் செய்தி ஒன்று சென்னை நகரை ஆக்கிரமித்தது. கோடம்பாக்கத்தைச் சேர்ந்த சிவலிங்கம் என்ற இளைஞர் இந்தித் திணிப்பைக் கண்டித்துத் தீக்குளித்திருந்தார். பெட்ரோல் அவருடைய உடலை உருக்குலைத்து, உயிரைக் குடித்திருந்தது. பின்னர் விசாரித்தபோது தீக்குளித்த சிவலிங்கம் ஒரு திமுக தொண்டர் என்பது தெரியவந்தது.

சிவலிங்கத்தைத் தொடர்ந்து விருகம்பாக்கம் அரங்கநாதன் என்னும் திமுக தொண்டர் மறுநாள் தன்னுடைய உடலை பெட் ரோல் ஊற்றி எரித்துக்கொண்டார். தீக்குளிப்பதற்கு முன்னால் நான்கு மடல்களை எழுதியிருக்கிறார் அரங்கநாதன். அண்ணா, நெடுஞ்செழியன், காமராஜர், ராஜாஜி ஆகியோருக்காக எழுதப் பட்ட அந்தக் கடிதங்களில் இடம்பெற்ற சங்கதி ஒன்றே ஒன்றுதான். இந்தி ஆதிக்கம் ஒழிக!

இந்தித் திணிப்பை எதிர்க்கும் நோக்கத்துடன் தற்கொலைச் சம்பவங்கள் தொடர்ந்தன. அய்யம்பாளையம் வீரப்பன், சத்திய

மங்கலம் முத்து, மயிலாடுதுறை சாரங்கபாணி, விராலிமலை சண்முகம், கீரனூர் முத்து, சிவகங்கை ராஜேந்திரன், பீளமேடு தண்டபாணி என்று தமிழுக்காகத் தம்மைப் பலிகொடுத்தவர்கள் பட்டியல் நீளத் தொடங்கியது. தயவுசெய்து தீக்குளிப்புகளைத் தவிருங்கள் என்று திமுக சார்பில் அறிக்கை வெளியிடப்பட்டது. ஆனால் முதலமைச்சர் பக்தவத்சலமோ, 'வறுமை, வயிற்றுவலி காரணமாக அவர்கள் செத்திருக்கலாம் அல்லது யாரேனும் நரபலி கொடுப்பதற்காக அவர்களைக் கொலை செய்திருக் கலாம்' என்று பேசினார்.

திமுக போராட்டம் நடத்துவதற்காக அறிவித்திருந்த தேதி ஜனவரி 26. ஆனால் முன்னெச்சரிக்கை நடவடிக்கை என்ற பெயரில் முந்தைய நாளில் இருந்தே திமுகவின் முக்கியத் தலைவர்கள் பலரையும் கைது செய்தது பக்தவத்சலம் அரசு. அண்ணா, நெடுஞ்செழியன், கருணாநிதி, மதியழகன், அன்பழகன் உள்ளிட்ட தலைவர்களும் முக்கியப் பிரமுகர்களும் சிறையில் அடைக்கப்பட்டனர். ஆனாலும் அறிவித்தபடியே தொண்டர்கள் போராட்டத்தில் ஈடுபட்டனர். தமது வீடுகளில் கறுப்புக்கொடி ஏற்றினர். சட்டையில் கறுப்பு பேட்ஜ் அணிந்தனர்.

போராட்டத்தில் ஈடுபட்ட தொண்டர்களும் கட்சி நிர்வாகிகளும் கைது செய்யப்பட்டனர். கறுப்புக்கொடி ஏற்றிய இடங்களில் எல்லாம் காங்கிரஸ் தொண்டர்களுக்கும் திமுகவினருக்கும் இடையே மோதல்கள் மூண்டன. இரண்டு கட்சிகளைச் சேர்ந்த கொடிக்கம்பங்களும் வெட்டிச் சாய்க்கப்பட்டன. ஆங்காங்கே கத்திக்குத்துச் சம்பவங்களும் நடந்தன. திமுகவின் தலைமை நிலையம், கிளைக் கழக அலுவலகங்கள், திமுக ஆதரவு பத்திரிகை அலுவலகங்கள் ஆகியனவும் தாக்குதலுக்குத் தப்பவில்லை.

போராட்டத்தின் ஆதாரப்புள்ளி திமுக. ஆகவே, திமுகவினரைக் கைது செய்வதன்மூலம் மொழிப் போராட்டத்தை முடக்கி விடலாம் என்பது தமிழக அரசின் கணிப்பு. ஆனால் ஒருபக்கம் திமுக தொண்டர்கள் கைது செய்யப்பட்டுக் கொண்டிருக்க, இன் னொரு பக்கம் மாணவர்கள் போராட்டக் களத்துக்கு வந்து கொண்டே இருந்தனர். சிதம்பரம் அண்ணாமலைப் பல்கலைக் கழக மாணவர்கள் அமைதி ஊர்வலம் நடத்தத் தயாராகினர். அப்போது மாணவர்களுக்கும் காவலர்களுக்கும் இடையே ஏற்பட்ட மோதலில் ராஜேந்திரன் என்ற மாணவர் போலீஸாரின்

துப்பாக்கிச் சூட்டுக்குப் பலியானார். கண்ணில் பட்ட பேருந்து ஒன்றை எரித்து தங்கள் எதிர்ப்பைப் பதிவுசெய்தனர் மாணவர்கள்.

வன்முறையில் ஈடுபட்ட மாணவர்களைக் கைது செய்து சிறையில் அடைக்க காவல்துறையினர் தயாராகினர். ஆனால் அவர்களை அடையாளம் காண்பதில் சிக்கல் ஏற்பட்டது. இந்தி எதிர்ப்புப் போராட்டத்தில் ஈடுபட்ட மாணவர்களை அடையாளம் காட்டும் பொறுப்பை காங்கிரஸ் மாணவர்கள் ஏற்றுக்கொண்டனர். அவர்கள் உதவியுடன் போராட்டத்தில் ஈடுபட்ட மாணவர்கள் பெருமளவில் கைது செய்யப்பட்டனர். மதுரை, திருச்சி, கோவை என்று எங்கு பார்த்தாலும் தடியடிப் பிரயோகங்களும் கண்ணீர்ப்புகை வீச்சுகளும் நடந்தன. பல இடங்களில் துப்பாக்கிச் சூடும் கைது நடவடிக்கைகளும் தீவிரப்படுத்தப்பட்டன.

மாணவர்கள் நடத்திய போராட்டங்கள் பற்றிய செய்திகளைக் கேளிப்பட்டதும், 'திமுகவின் தூண்டுதல்கள் காரணமாகவே மாணவர்கள் சாலைக்கு வந்துள்ளனர்; தீக்குளிப்புகளின் பின்னணியிலும் திமுகவினரின் கரங்கள் இருக்கின்றன' என்றார் பிரதமர் லால் பகதூர் சாஸ்திரி. போராட்டத் தேதிக்கு முன்பே திமுகவின் முக்கியத் தலைவர்களையும் தொண்டர்களையும் கைது செய்துவிட்ட சூழலில் மாணவர்களை திமுக தூண்டுகிறது என்பது குற்றச்சாட்டு அல்ல; குழப்பம் விளைவிக்கும் முயற்சி என்றார் அண்ணா.

மாணவர் போராட்டம் டெல்லி தலைவர்களை யோசிக்க வைத்தது. சூட்டைத் தணிக்கிறேன் என்ற பெயரில் வானொலியில் பேசினார் மத்திய அமைச்சர் குல்சாரிலால் நந்தா. அரசு வேலையில் சேர்வதற்கு முன்னால் இந்தி தெரிந்திருக்க வேண்டும் என்ற அவசியம் இல்லை; வேண்டுமானால் வேலையில் சேர்ந்தபிறகு இந்தி படித்துக் கொள்ளுங்கள்!

தமிழர்கள் மீது நந்தா காட்டிய செயற்கையான கருணை மாணவர்களுக்கு ஆத்திரமூட்டியது. அதன்பிறகுதான் புகைவண்டி நிலையங்களில் இருக்கும் இந்தி எழுத்துகளைத் தார் கொண்டு அழிக்கத் தொடங்கினர். தமிழகத்துத் திரையரங்குகளில் இந்திப் படங்கள் ஓடக்கூடாது என்று தடுத்தனர். போராட்டம் வேகமெடுக்கத் தொடங்கியது.

பக்தவத்சலம் பரப்பிய நெருப்பு

3

தீக்குளிப்பு, தடியடி, துப்பாக்கிச்சூடு என்று தமிழகம் கொந்தளித்துக் கொண்டிருந்த சூழ்நிலையில் பெங்களூரில் நடந்த விழா ஒன்றில் கலந்துகொண்டிருந்தார் காங்கிரஸ் தலைவர் காமராஜர். அது, மூத்த காங்கிரஸ் தலைவர் நிஜலிங்கப்பா வீட்டில் நடந்த குடும்ப விழா. ஆந்திராவின் சஞ்சீவ ரெட்டி வந்திருந்தார். வங்காளத்தின் அதுல்ய கோஷ் வந்திருந்தார். இன்னும் சில மூத்த தலைவர்களும் வந்திருந்தனர்.

தனிப்பட்ட குடும்ப விழா என்றபோதும் தமிழகத்தில் நடந்த மொழிப்போராட்டம் பற்றிய சிந்தனைதான் காமராஜருக்கு. இந்தித்திணிப்பு விஷயத்தில் மத்திய அரசையும் விட்டுக் கொடுக்க மனம் வரவில்லை; தமிழர்களுக்கு ஆதரவாகவும் கருத்து தெரிவிக்க முடியவில்லை; இருதலைக்கொள்ளி எறும்பின் நிலை. இந்தி பேசாத மக்கள் மீது வலுக்கட்டாயமாக இந்தியைத் திணிப்பது நாட்டின் ஒற்றுமையைக் குலைத்துவிடும் என்ற தன்னுடைய ஆழ்மனக் கவலையை வெளிப்படுத்தி விட்டார்.

காமராஜர் சொன்னதை தமிழகத்தில் உள்ள காங்கிரஸ் தலைவர்கள் சிலரும் வழிமொழியத் தொடங்கினர். முதலமைச்சர் பக்தவத்சலத்துக்கு ஆத்திரம் வந்துவிட்டது. அதை அப்படியே தமிழ்நாடு காங்கிரஸ் கமிட்டியின்மீது திருப்பினார். தமிழ்நாடு காங்கிரஸ் கமிட்டி, தொண்டர்களுக்கு வழிகாட்டவில்லை; காங்கிரஸின் மொழிக்கொள்கையை மக்களிடம் எடுத்துச் சொல்லவில்லை; காங்கிரஸ் கட்சியின் பேச்சாளர்களுக்கு

மொழிப் பிரச்னை பற்றிய உரிய விளக்கங்களைத் தரவில்லை என்று புகார்ப்பட்டியல் வாசித்தார்.

அதன்பிறகும் ஆத்திரம் தீரவில்லை அவருக்கு. இந்தியை வரவிட மாட்டோம் என்று ஓரிரு காங்கிரஸ்காரர்கள் அர்த்த மின்றிச் சொல்லிக்கொண்டிருந்தார்களே தவிர தமிழ்மொழிக்கு காங்கிரஸ் எந்த விதங்களில் எல்லாம் ஏற்றம் தந்தது என்பது பற்றிப் பேசவில்லை; ஆங்கிலம் மத்திய ஆட்சி மொழியாக ஏன் நிரந்தரமாக நீடிக்கமுடியாது என்பது பற்றிப் பேசவில்லை. ஒரே வரியில் சொல்வதென்றால் தமிழ்நாடு காங்கிரஸ் கமிட்டி ஸ்தம்பித்துக் கிடக்கிறது!

முதல்வர் பக்தவத்சலத்தின் கருத்தைத்தான் மூத்த அமைச்சர் மொரார்ஜி தேசாயும் முன்வைத்தார். தமிழர்கள், இந்தியைக் கற்பதன் மூலம் இந்தியா முழுவதும் தங்கள் செல்வாக்கை அதிகப்படுத்திக் கொள்ளலாம்; மதராஸில் உள்ள காங்கிரஸ் தலைவர்கள் தமிழர்களிடம் எடுத்துச்சொல்லி, இந்தியை எதிர்க்கும் தவறைச் செய்யாமல் தடுத்து, அவர்களைத் தங்கள் பக்கம் கொண்டுவர வேண்டும் என்பதுதான் மொரார்ஜி கொடுத்த யோசனை.

மத்திய அரசு மசிவதாகத் தெரியவில்லை; மாணவர்களும் மனம் மாறுவதாகத் தெரியவில்லை; ஆனால் நிலைமையோ கட்டுக் கடங்காமல் சென்றுகொண்டிருந்தது. திடீரென்று ஓர் அறிவிப்பு. தமிழ்நாட்டில் உள்ள அனைத்து கலைக்கல்லூரிகள், தொழிற் கல்லூரிகள், தொழில்நுட்பப் பயிற்சிக் கல்லூரிகள் 8 பிப்ரவரி 1965 வரை மூடப்படும்!

கல்லூரிகள் இல்லை. ஆகவே, விடுதிகளும் இல்லை. கல்லூரி மாணவர்கள் தத்தமது சொந்த ஊருக்குத் திரும்பினர். அங்கே அவர்களுக்கு அற்புதமான பணி காத்திருந்தது. நேற்றுவரை போராட்டத்தில் கலந்துகொள்ளாமல் இருந்த உயர்நிலைப் பள்ளி மாணவர்களைப் போராட்டக் களத்துக்குத் தயார்படுத்தத் தொடங்கினர். விளைவு, மொழிப்போரில் மாணவர்களின் பங்களிப்பு அடுத்த கட்டத்தை அடைந்தது. தமிழுக்குக் கண்ணைத் தருவோம், இந்திக்கு மண்ணைத் தருவோம்! என்று மாணவர்கள் எழுப்பிய கோஷம் வீரத்தின் உச்சம் என்றால் தாய்த் தமிழ் இருக்க, நாய் இந்தி எதற்காக? என்ற கோஷம் ஆத்திரத்தின்

உச்சமாக இருந்தது. கல்லூரிகளை இழுத்துமூடி, நகரங்களில் இருந்த மாணவர்களை கிராமங்களுக்கு அனுப்பி, போராட்டத்தைத் தமிழ்நாட்டின் அனைத்து பகுதிகளுக்கும் விரிவு படுத்தும் காரியத்தைத் தன்னையும் அறியாமல் செய்திருந்தார் முதலமைச்சர் பக்தவத்சலம்.

தமிழ் மன்றம், மாணவர் மன்றம், இலக்கிய மன்றம் என்ற பெயரில் ஆங்காங்கே மாணவர்கள் தனித்தனித் தீவுகளாக செயல்பட்ட காலம் அது. போராட்டத்தைத் தீவிரப்படுத்த வேண்டும் என்றால் மாநில அளவிலான மாணவர் அமைப்பு ஒன்றை உருவாக்கவேண்டும் என்பதுதான் மாணவர் தலைவர் களின் விருப்பம். அதற்கான ஆலோசனைக் கூட்டங்களை நடத்தலாம் என்றால் முடியவில்லை. கழுகுக் கண்கள் கொண்ட காவலர்கள் மாணவர்களை விடாமல் கண்காணித்துக் கொண்டிருந்தனர்.

சென்னை மூர்மார்க்கெட்டின் பின்பக்கம் இருந்த மிருகக்காட்சி சாலையில் மாணவர்களுக்கான ரகசியக் கூட்டங்கள் நடந்தன. மாநிலம் முழுக்க சுற்றுப்பயணம் செய்து கல்லூரி மாணவர் களைச் சந்தித்துப் போராட்டத்தின் அவசியம் மற்றும் மாநில அமைப்பு உருவாவதன் அவசியம் ஆகியவற்றை விளக்குவது என்று முடிவானது. அந்தப் பணியில் ஈடுபட நால்வர் குழு அமைக்கப்பட்டது. எல். கணேசன் (மதிமுக அவைத்தலைவராக ஆனவர்), விருதுநகர் பெ. சீனிவாசன் (விருதுநகர் தொகுதியில் காமராஜரைத் தோற்கடித்தவர்), நாவளவன், துரைமுருகன் (திமுக அமைச்சரவையில் பலமுறை இடம்பெற்றவர்).

சுற்றுப்பயணம் செல்வது என்று முடிவாகிவிட்டது. அதற்கான வழிச்செலவுகளுக்குப் பணம்? அப்போது மாணவர் தலைவர் களுக்கு நினைவுக்கு வந்தவர் தஞ்சாவூரைச் சேர்ந்த எஸ்.டி. சோமசுந்தரம். திராவிட மாணவர் முன்னேற்றக் கழகத்தின் பொதுச்செயலாளராக இருந்தவர். (பின்னாளில் அமைச்ச ரானவர்) மாணவர்கள் கேட்டதும் தனது மனைவியின் தங்கச் சங்கிலியை அடகுவைத்துப் பணம் கொடுத்தார். மாணவர் தலைவர்களின் சுற்றுப்பயணம் தொடங்கியது.

3 பிப்ரவரி 1965 அன்று தமிழ்நாடு மாணவர் இந்தி ஆதிக்க எதிர்ப்புக் குழு உருவாக்கப்பட்டது. கட்சி சார்புள்ள மாண

வர்கள் பலர் அமைப்புக்குள் இருந்தபோதும் எந்தவித கட்சி சாயமும் இல்லாத ரவிச்சந்திரன் குழுவின் தலைவராகத் தேர்ந்தெடுக்கப்பட்டார். உடனடியாகப் போராட்டத் திட்டங் கள் வகுக்கப்பட்டன. பிறகு மாணவர் அமைப்பின் சார்பில் முதலமைச்சர் பக்தவத்சலத்தைச் சந்திக்கச் சென்றனர்.

ஜனவரி மாத இறுதியில் மாணவர்களை சந்திக்க மறுத்த முதலமைச்சர் இப்போது கொஞ்சம் இறங்கி வந்திருந்தார். அப்போதே சந்தித்திருந்தால் எத்தனையோ உயிரிழப்புகளைத் தவிர்த்திருக்கமுடியும். சேதங்களைத் தடுத்திருக்க முடியும். முதல்வர் - மாணவர் சந்திப்பு நடந்தது. ஆனால் அப்படியொரு சந்திப்பே நடந்திருக்க வேண்டாம் என்ற அளவுக்கு மாணவர் தலைவர்களை அவமதித்து அனுப்பினார் முதல்வர். போதாக்குறைக்கு, இந்தித் திணிப்பை வாபஸ்பெற முடியாது என்று திட்டவட்டமாக அறிவித்தார் பிரதமர் சாஸ்திரி.

போராட்டத்தைத் தீவிரப்படுத்துவதைத் தவிர வேறு வழி யில்லை என்ற முடிவுக்கு வந்தனர் மாணவர் அமைப்பினர். வடபழனி கோயில், மயிலாப்பூர் தெப்பக்குளம், சென்னை மிருகக்காட்சிசாலை, தனியார் விடுதிகள், ஹோட்டல்கள் என்று அடிக்கடி இடங்களை மாற்றிமாற்றி ரகசிய ஆலோசனைகள் நடத்தினர் மாணவர் தலைவர்கள். குறிப்பாக, எல்.கணேசன், பெ. சீனிவாசன் போன்ற தலைவர்கள் தலைமறைவாக இருந்த படியே போராட்டத்தை வழிநடத்தினர். அப்போது எல்.கணேச னுக்கும் பெ.சீனிவாசனுக்கும் தகவல் பரிமாற்றம் செய்யும் வேலையைச் செய்ய ஒரு இளைஞர் ஆர்வத்துடன் வந்தார். அவர் பெயர், வை. கோபால்சாமி. இன்றைய மறுமலர்ச்சி திமுகவின் பொதுச்செயலாளர்.

அதைத் தொடர்ந்து மாணவர்கள் போராட்டம் தீவிரமடைந்தது. ரயில் மறியல் போராட்டம், உண்ணாவிரதப் போராட்டம், இந்தி எழுத்துகள் அழிப்பு, கடையடைப்பு என்று போராட்டம் தொடர்ச்சியாக நடந்து கொண்டிருந்தது. மாணவர்களின் போராட்டத்தை அடக்கும் நோக்கத்துடன் ஏராளமான மாணவர் களைக் கைது செய்தனர். ராணுவம் வரவழைக்கப்பட்டது.

தேவைப்பட்டால் துப்பாக்கிச்சூடு நடத்தவும் தயாராக இருங்கள் என்று காவல்துறையினருக்கு முதலமைச்சர் உத்தரவிட்டுள்ள

தாக ஒரு செய்தி அண்ணாவை வந்தடைந்தது. ஜனவரி 25 அன்று சிறையில் அடைத்திருந்த திமுக தலைவர்களை இப்போது விடுதலை செய்திருந்தது அரசு. திட்டமிட்டபடி துப்பாக்கிச்சூடு நடத்தினால் அது எத்தனை அபாயகரமான விளைவுகளை ஏற்படுத்தும் என்பது அண்ணாவை யோசிக்கவைத்தது. உடனடியாக மாணவர் தலைவர்களான எல்.கணேசனையும் நாவளவனையும் அழைத்துப் பேசினார்.

ஒரு போராட்டத்துக்குத் தேவையான அனைத்து உத்திகளையும் நீங்கள் பயன்படுத்திவிட்டீர்கள்; உங்கள் ஆயுதக் கிடங்குகளில் இருக்கும் பெரும்பாலான ஆயுதங்கள் தீர்ந்துவிட்டன; எனினும், தமிழுக்கு இழைக்கப்படும் அநீதியை உலகறியச் செய்வதில் மாணவர் போராட்டம் வெற்றிபெற்று விட்டது. நேரடி நடவடிக்கையை உடனே நிறுத்துங்கள். இதுதான் அண்ணா கொடுத்த யோசனை.

ஆட்சியாளர்களின் அடக்குமுறைகளைப் பலமுறை எதிர் கொண்ட அனுபவத்தின் காரணமாகத் தரப்பட்ட ஆலோசனை. ஆனால் மாணவர் தலைவர்கள் அதனை ஏற்கவில்லை. மாணவர் போராட்டத்தை நிறுத்துவது தனிமனிதர்களின் கைகளில் இல்லை; இந்தி ஆதிக்க எதிர்ப்புக் குழு தீர்மானிக்கவேண்டிய விஷயம் இது என்று பதில் சொல்லிவிட்டார் எல். கணேசன். ஆனாலும் அண்ணா விட்டுவிடவில்லை. போராட்டத்தை நிறுத்தி விடுங்கள் என்று அறிக்கை வெளியிட்டார். இதற்காகவே காத்துக்கொண்டிருந்தவர் போல் களத்தில் இறங்கினார் பெரியார்.

திமுகவின் தூண்டுதல் காரணமாகவே மாணவர்கள் போராட்டம் நடத்துகிறார்கள் என்பதுதான் பெரியாரின் கருத்து. பதவியைப் பிடிப்பதற்காகக் கண்ணீர்த்துளிகள் (திமுக) செத்த பாம்பை (இந்தித்திணிப்பு) எடுத்து ஆட்டுகின் றனர் என்று விமரிசித்தார். அத்துடன் நிறுத்திக்கொள்ள வில்லை. அடக்குமுறை இல்லாத ஆட்சி அநாகரிக ஆட்சி. ஜனவரி 26 அன்று கண்ணீர்த் துளிகளை (திமுகவை) லட்சியம் செய்யாமல் விட்டுவிடுங்கள் என்று அரசுக்குச் சொன்னேன். இல்லாவிட்டால் கடினமான அடக்குமுறை நடவடிக்கை களை மேற்கொள்ளச் சொன்னேன். இரண்டையுமே செய்ய வில்லை என்று வருத்தப்பட்டார்.

போராட்டத்தை முன்வைத்து திமுக வளர்ந்துவிடும்; அது வரும் தேர்தலில் காங்கிரஸ் கட்சியின் வெற்றியைப் பாதிக்கும் என்று காங்கிரஸ் தலைவர்கள் அச்சப்படுவதாக நினைத்த பெரியார், அதற்கும் ஒரு யோசனை கொடுத்தார்.

தேர்தலைப் பற்றி இப்போதே நீங்கள் கவலைப்படவேண்டாம். சுதந்திராக் கட்சி, கண்ணீர்த்துளிக்கட்சி இரண்டையும் சட்ட விரோதம் என்று தடை செய்யுங்கள். பத்திரிகைகளுக்கு வாய்ப் பூட்டு சட்டம் போடுங்கள். அதேசமயம், இந்தி விஷயமாக அரசாங்கத்தின் கொள்கை இன்னதுதான் என்று தெளிவாக வெளியிடுங்கள்.

கடந்த காலங்களில் நடந்த மூன்று மொழிப்போராட்டங்களில் முன்னிலையில் இருந்த பெரியார் தற்போது ஏன் மாறுபடுகிறார் என்ற கேள்வி எழுந்தது. அதற்கும் பதிலைத் தயாராக வைத்திருந்தார் பெரியார்.

இப்போதும் நான் இந்தியை எதிர்க்கத்தான் செய்கிறேன். ஆனால், நீங்கள் சொல்வது போல, தமிழ் கெட்டுவிடுமே என்று அல்ல; இனிமேல் கெட தமிழில் என்ன பாக்கி இருக்கிறது? ஆனால், நமக்கு ஆங்கில அறிவு தேவை என்பதால் இந்தியை எதிர்க்கிறேன். இந்தி எதிர்ப்பு மொழிப்பிரச்னை அல்ல; அரசியல் பிரச்னைதான் என்றார் பெரியார்.

மாணவர் போராட்டம் தொடர்ந்தது. துப்பாக்கியைத் தூக்கினர் காவலர்கள். ஏழு இடங்களில் நடந்த துப்பாக்கிச் சூட்டில் இருபத்தைந்து பேர் கொல்லப்பட்டனர். இது அரசாங்கம் சொன்ன கணக்கு. ஆனால் அசல் கணக்கு இன்னும் அதிகம் என்றனர் மாணவர் தலைவர்கள்.

உண்மையில் இந்தி விஷயத்தில் காமராஜர், சி. சுப்பிரமணியம், நிஜலிங்கப்பா, சஞ்சீவ ரெட்டி போன்ற தலைவர்கள் சாஸ்திரி யின் முடிவுக்கு எதிரான நிலைப்பாட்டிலேயே இருந்தனர். இந்தியாவின் அலுவல் மொழியாக ஆங்கிலத்தை நீட்டிக்கச் செய்வதற்கு உரிய சட்டத்திருத்தங்களைச் செய்யவேண்டும் என்று அமைச்சரவைக் கூட்டத்தில் கருத்து தெரிவித்தார் அமைச்சர் சி. சுப்பிரமணியம். ஆனால் அந்தக் கோரிக்கை ஏற்கப்படாததைத் தொடர்ந்து தனது இந்தித் திணிப்பைக்

கண்டித்தும் ஆங்கில நீட்டிப்பு குறித்த உத்தரவாதத்தைக் கோரியும் 11 பிப்ரவரி 1965 அன்று மத்திய அமைச்சர் சி. சுப்ர மணியம் ராஜினாமா செய்தார். நேருவின் உறுதிமொழிக்கு சட்ட அங்கீகாரம் தரவேண்டும் என்று வலியுறுத்திய மத்திய பெட் ரோலியம் மற்றும் ரசாயனத்துறை இணை அமைச்சர் ஓ.வி. அளகேசனும் தனது பதவியை ராஜினாமா செய்தனர். அவரது ராஜினாமா கடிதத்தின் முக்கியப்பகுதி இங்கே:

> 'ஹிந்தி பேசாத மக்கள் விரும்புகின்ற வரையில், இந்திய யூனியன் அரசின் ஓர் ஆட்சிமொழியாக ஆங்கிலம் தொடர்ந்து நீடிக்கும் என்று ஜவஹர்லால்ஜி அளித்த வாக்குறுதிகளுக்குச் சட்டவடிவம் தந்து, சட்டப்படியான அங்கீகாரம் அளிக்க (மத்திய) அரசு தயாராக இல்லை என்பதைக் கவனிக்க, நான் வருத்தம் அடைகிறேன். எனக்குத் தெரிந்தவரையில் இதுதான் (நேருஜியின் உறுதிமொழிக்குச் சட்டவடிவம் தருவதுதான்) சகல விஷயத்தின் உண்மையான பிரச்னை.
>
> எனவே, (மத்திய) அரசின் உறுப்பினராகத் தொடர்ந்து நீடிக்க என்னால் இயலவில்லை. அமைச்சர் பதவியிலிருந்து எனது ராஜினாமாவை இத்துடன் நான் சமர்ப்பிக்கின்றேன்.
>
> கடந்த பதினைந்து நாட்களாகத் தமிழ்நாட்டில் நடந்துவரும் சம்பவங்கள் குறித்து எனது துயரத்தை உங்களுக்குத் தெரிவித்திருக்கிறேன். அவை குறித்து நீங்களும் மிகவும் வருத்தம் அடைந்திருக்கிறீர்கள் என்பது எனக்குத் தெரியும்.
>
> நான் எனது ராஜினாமாவை உல்லாசமாகச் சமர்ப்பிக்கவில்லை. ஜவஹர்லால்ஜியின் வாக்குறுதிகளை நிறைவேற்ற நாணயமாக முயல்வது மட்டுமே, (தற்போதைய) நிலவரத்தின் தேவைகளைப் பூர்த்தி செய்யும் என்று நான் உறுதியாகக் கருதுகிறேன்.

பிரதமர் சாஸ்திரி, தேசியத் தலைவர் காமராஜர், முதல்வர் பக்தவத்சலம் என்ற மூன்று முக்கிய அதிகார மையங்களை ஆலோசிக்காமல் எடுத்த ராஜினாமா முடிவு மூவரையுமே தர்மசங்கடத்தில் ஆழ்த்தியது. என்றாலும், சி. சுப்பிரமணியத்தின் ராஜினாமாவை ஏற்றுக்கொள்ளும்படி குடியரசுத் தலைவர் எஸ். ராதாகிருஷ்ணனைக் கேட்டுக்கொண்டார் பிரதமர் சாஸ்திரி. ஆனால் அதனை குடியரசுத் தலைவர் ஏற்கவில்லை. மாறாக,

'இந்தியாவிலிருந்து தமிழ்நாடு பிரிந்துபோகவேண்டாம் என்றால் ராஜினாமா குறித்த உங்கள் பரிந்துரையைத் திரும்பப் பெற்றுக்கொள்ளுங்கள்' என்று பிரதமர் சாஸ்திரிக்கு அறிவுரை கூறினார். அதனைத் தொடர்ந்து சி. சுப்பிரமணியமும் ஓ.வி. அளகேசனும் தமது ராஜினாமா கடிதங்களைத் திரும்பப் பெற்றுக் கொண்டனர்.

நீருபூத்த நெருப்பு

4

இந்தித் திணிப்புக்கு எதிரான போராட்டத்தில் ஈடுபட்ட மாணவர்கள் மத்தியில் நிலவிய ஒற்றுமை உணர்வுகள் மெல்ல மெல்லக் குறைந்துகொண்டே வந்தன. யார் பெரியவர் என்பதில் போட்டி. விளம்பரம் தேடுவதில் போட்டி. பிரபலம் அடைவதில் போட்டி. போராளிகளை நெருங்கக்கூடாத சங்கதிகள் அனைத்தும் நெருங்கத் தொடங்கின.

உண்மையில் இந்தித் திணிப்புக்கு எதிராகப் போராடிய மாணவர்கள் தனித்தனியே இயங்கினால் போராட்டம் வலுப் பெறாது என்பதால்தான் ஒருங்கிணைப்பு முயற்சிகள் எடுக்கப் பட்டன. அப்போது மாணவர் அமைப்புகளில் கட்சி சார்புள்ளவர்களே அதிகம். குறிப்பாக, திமுக சார்பு அமைப்பான திராவிட மாணவர் முன்னேற்றக் கழகத்தைச் சேர்ந்தவர்கள். கட்சி சார் பற்று இயங்கக்கூடிய மாணவர்களும் கணிசமான எண்ணிக்கையில் இருந்தனர்.

அனைவரையும் ஒருங்கிணைத்து தமிழ்நாடு இந்தி எதிர்ப்பு மாணவர் அமைப்பு உருவானது. அதன் தலைமைப் பொறுப்பு கட்சி சார்பற்ற முறையில் இயங்கிய ரவிச்சந்திரன் வசம் வந்தது. தலைவர் கட்சி சார்பற்றவர்; ஆனால், தளபதிகளோ சந்தேகத்துக்கே இடமில்லாத கட்சிக்காரர்கள். பேசத் தெரிந்தவர்கள். செய்யத் துணிந்தவர்கள். எல். கணேசன், கா. காளிமுத்து, பெ. சீனிவாசன், நாவலவன், துரைமுருகன், எஸ்.டி. சோமசுந்தரம், ரகுமான்கான், ராஜா முகம்மது என்று அமைப்பில் இருந்த திமுகவினரின் பட்டியல் வெகுநீளமானது.

அமைப்பில் இருக்கும் கட்சி சார்பற்றவர்களுக்கும் கட்சி சார்புள்ளவர்களுக்கும் இடையே அவ்வப்போது கருத்து வேறுபாடுகள் முளைத்தன. போராட்டத்தைத் தீவிரம் குறை யாமல் நடத்துவதற்கு அந்தக் கருத்துகள் பயன்பட்டதால் விரிசல் விரிவடையவில்லை. ஆனால் சில மாணவர் தலைவர்கள் தங்களுடைய வசீகரிக்கும் பேச்சு, அசரவைக்கும் ஆளுமை, நம்பமுடியாத துணிச்சல் காரணமாக பெரிய அளவில் விளம்பரம் பெற்றனர். சிலருக்கு மட்டும் பத்திரிகைகள் கூடுதல் முக்கியத் துவம் கொடுத்தன. அந்த வாய்ப்பைப் பெறாத மாணவர் தலைவர்கள் மனத்தில் அதிருப்தி ரேகைகள் படரத் தொடங்கின.

மாணவர் போராட்டத்துக்குத் திரண்ட நிதியை நிர்வகிப்பதில் வெளிப்படைத்தன்மை இல்லை என்ற குற்றச்சாட்டு எழுந்த போது ஒற்றுமை உணர்வில் ஓட்டை விழத் தொடங்கியது. சென்னை மாணவர்கள் எடுத்த முடிவை திருச்சி மாணவர்கள் ஏற்கத் தயங்கினர்; கோவை மாணவர்கள் எடுக்கும் முடிவை திருச்சி மாணவர்கள் அங்கீகரிக்கவில்லை. போதாக்குறைக்கு, மாணவர்கள் நடத்தும் போராட்டத்துக்கு மறைமுகமாக நேசக்கரம் நீட்டிய திமுக தலைவர் அண்ணாவோ போராட் டத்தை நிறுத்தச்சொல்லி நெருக்கடி கொடுக்கத் தொடங்கி யிருந்தார்.

இத்தனைக்கும், கிளர்ச்சி என் தலைமையில் நடைபெறவும் இல்லை. கழகக் கிளர்ச்சியும் அல்ல அது - நான் வாபஸ் பெற. எங்கள் கிளர்ச்சி 26ம் நாள் மட்டும் துக்கநாள் நடத்துவது. 25ம் நாள் நள்ளிரவே நாங்கள் கைது செய்யப்பட்டு, பிப்ரவரி இரண்டாம் நாள்தான் விடுதலை செய்யப்பட்டோம் என்று சொன்னவர் அண்ணா. மாணவர்கள் நடத்திய போராட்டத்துக் கும் திமுகவுக்கும் எந்தவிதமான தொடர்பும் இல்லை என்று வலியுறுத்த விரும்பியவர் அண்ணா. தற்போது மாணவர் விஷயத்தில் திடீரென தலையிட்டு, போராட்டத்தை நிறுத்தச் சொன்னது ஏன்?

அதற்கான பின்னணி முக்கியமானது. போராட்டம் நடத்துவது என்னவோ மாணவர்கள்தாம். ஆனால் காவல் துறையினர் திமுகவினரை மட்டும்தான் குறிவைத்துக் கைது செய்தனர். மாணவர் நடத்தும் போராட்டத்தைச் சாக்காக வைத்து திமுக வினரை ஒடுக்கத் தொடங்கிவிட்டார் பக்தவத்சலம் என்பது அண்ணாவின் வாதம்.

இன்னொருபக்கம், மாணவர்கள் நடத்தும் தொடர் போராட்டங்கள் மக்கள் மத்தியில் அதிருப்தியை ஏற்படுத்தக் கூடும். அது, எதிர்காலத்தில் திமுகவைப் பாதிக்கும் என்பது அண்ணாவின் கணிப்பு. ஆனால், மாணவர் தலைவர்களோ அண்ணா சொல்கிறார் என்பதற்காகப் போராட்டத்தை நிறுத்தமுடியாது என்று சொல்லிவிட்டனர். அவர்களில் பெரும்பாலானோர் கட்சி சார்பற்ற முறையில் செயல்பட்டவர்கள். அவர்களுக்குத் தமிழும் இந்தி எதிர்ப்பும்தான் முக்கியம், அண்ணா அல்ல.

போராட்டம் தொடங்கி இருபது நாள்கள் கடந்த நிலையில் திடீரென சென்னைக்கு வருகை தந்தார் ஒரு மத்திய அமைச்சர். பலரிடமும் பேசினார். தமிழர்களின் உணர்வுகளை மத்திய அரசுக்கு எடுத்துச் சொல்வதாகச் சொல்லிவிட்டுப் புறப்பட்டார். உண்மையில் அந்த அமைச்சர் திடீரென சென்னை செல்வார் என்று பிரதமர் சாஸ்திரி கொஞ்சமும் எதிர்பார்க்கவில்லை. உணர்ச்சிப்பூர்வமான விவகாரத்தில் முன் அனுமதி பெறாமல் என்னைத் தாண்டிச் சென்றது குற்றம் என்று ஆவேசப்பட்டார். பிரதமரின் ஆத்திரம் பொதிந்த வார்த்தைகள் அந்த அமைச்சரின் கவனத்துக்குச் சென்றன. அமைதியாக பதில் வந்தது அவரிடமிருந்து.

மக்களுக்குப் பிரச்னை என்றால் எத்தனை முறை வேண்டுமானாலும் பிரதமரைத் தாண்டிச் செல்வேன்! - துணிச்சலின் மொத்த உருவமாக வந்த பதிலுக்குச் சொந்தக்காரர் இந்திரா காந்தி. நேருவின் மகள். மத்திய தகவல் ஒலிபரப்புத்துறை அமைச்சர்!

16 பிப்ரவரி 1965. திடீரென திமுக பொருளாளர் கருணாநிதி கைது செய்யப்பட்டார். அதிலும், இந்தியப் பாதுகாப்புச் சட்டத்தின் கீழ். பாளையங்கோட்டைத் தனிமைச் சிறை அவரை வரவேற்றது. இந்தித் திணிப்புக்கு எதிராகப் போராட்டம் நடத்த மாணவர்களைத் தூண்டிவிட்டவர் கருணாநிதி என்பதுதான் அரசு முன்வைத்த குற்றச்சாட்டு. ஆனால் இந்தித் திணிப்பை எதிர்த்து உயிர்த்தியாகம் செய்தவர்களைப் பார்த்து முதலமைச்சர் பக்தவத்சலம் திருப்திப்படுவதாக முரசொலியில் கார்ட்டூன் வெளியிட்டதுதான் கைதுக்குக் காரணம் என்பது கருணாநிதியின் வாதம்.

கொந்தளிப்பு அதிகரித்திருந்த சூழலில் 22 பிப்ரவரி 1965 அன்று காங்கிரஸ் கட்சியின் செயற்குழு கூடியது. ஆட்சி மொழிச்

சட்டத்தில் திருத்தம் கொண்டுவர வேண்டும் என்றனர் இந்திரா, பிஜு பட்நாயக், எஸ்.கே. பாட்டீல் உள்ளிட்டோர். ஆனால் திருத்தத்துக்கான தேவையே எழவில்லை என்றனர் மொரார்ஜி தேசாய், ஜெகஜீவன் ராம் போன்றோர். சிக்கல் நீடித்தது. பிறகு முதல்வர்கள் மாநாட்டுக்கு அழைப்பு விடுத்தார் பிரதமர் சாஸ்திரி. பிரச்னை பற்றி ஆராய்ச்சி செய்ய துணைக்குழு அமைத்ததோடு கடமையை முடித்துக் கொண்டது அந்த மாநாடு.

காங்கிரஸ் கட்சி கூட்டிய செயற்குழு செயலற்றுப் போயிருந்தது; முதலமைச்சர்கள் நடத்திய மாநாட்டிலும் முடிவுகள் எட்டப்பட வில்லை; எதிர்பார்ப்புகள் அனைத்தும் பொய்த்துப் போயிருந் தன. அதிருப்திகள் சூழ்ந்த நிலையில் முதலமைச்சர் பக்தவத் சலத்தைச் சந்தித்துப் பேசினார் மாணவர் தலைவர் ரவிச்சந்திரன்.

இந்தி பேசாத மாநிலங்களின் சம்மதம் இல்லாமல் ஆட்சி மொழி விஷயத்தில் மத்திய அரசு எந்தவித முடிவையும் எடுக்காது; ஆங்கிலம் இணை ஆட்சிமொழியாக நீடிக்கும் என்ற நேருவின் உத்தரவாதம் காப்பாற்றப்படும் என்று பிரதமர் சாஸ்திரி உறுதி கொடுத்துள்ளார். அதை நிறைவேற்ற என்னால் ஆனதைச் செய்வேன் என்று உத்தரவாதம் கொடுத்தார் முதலமைச்சர் பக்தவத்சலம்.

அப்போது போராட்டத்தில் ஈடுபட்ட மாணவர்களுக்கு மிரட்டல் விடுக்கவும் பக்தவத்சலம் தவறவில்லை. இனியும் மாணவர்கள் கூடிநின்று கிளர்ச்சி செய்தால் விமானத்தில் இருந்து துப்பாக்கி யால் சுடச்சொல்வேன்! மிரட்டலுக்குப் பயந்தாரா அல்லது உத்தரவாதம் திருப்தியளித்ததா என்பது தெரியாது. ஆனால் மாணவர் கூட்டமைப்பின் தலைவர் ரவிச்சந்திரனிடம் இருந்து அறிக்கை வந்துவிட்டது.

மாணவர் போராட்டம் தாற்காலிகமாக ஒத்திவைக்கப்படுகிறது!

தலைவர் ஒதுங்கிக்கொண்டாலும் தளபதிகள் அசரவில்லை. நிலைமையைச் சீராக்கும் வகையில் தஞ்சாவூருக்கு அருகில் இருக்கும் பசுமடம் என்ற இடத்தில் வைத்து ஆலோசனைக் கூட்டம் நடத்த ஏற்பாடானது. உபயம்: தஞ்சை சரபோஜி கல்லூரி மாணவர் ம. நடராசன்.

காவல்துறையின் கண்களுக்குச் சிக்காதவகையில் நடந்த ரகசியக் கூட்டத்தில் எல். கணேசன், பெ. சீனிவாசன், நாவளவன், க.ப.

அறவாணன் உள்ளிட்ட பலரும் கலந்துகொண்டனர். தன்னிச்சை யாக அறிக்கை வெளியிட்ட ரவிச்சந்திரன் மீது கண்டனக் கணைகள் பொழிந்தன. பிறகு தீர்மானம் நிறைவேறியது. மத்திய அரசு, இந்தித் திணிப்பு விஷயத்தில் மாணவர்களுக்கு மன நிறைவு தரக்கூடிய தீர்வைக் கொடுக்கும் வரையில் போராட்டம் தொடரும்!

தன்னிச்சையான அறிக்கை வெளியிட்ட ரவிச்சந்திரன் நீக்கப் பட்டார். அந்த இடத்துக்கு விருதுநகர் பெ. சீனிவாசன் வந்தார். அரசாங்கத்தின் அடக்குமுறைகளை மீறிப் போராட்டத்தைத் தொடர்வதற்கு வசதியாக எல். கணேசன் போன்ற சில தளகர்த்தர்கள் மட்டும் தலைமறைவாக இருந்தபடியே ஆலோசனைகள் கொடுத்தனர். உளவுத் துறையினர் கொடுக்கும் தகவல்களைக் கொண்டு ஆங்காங்கே மாணவர் தலைவர்கள் கைது செய்யப்படுவதும் தொடர்ச்சியாக நடந்தது.

மதுரை மாவட்டம் கூடலூரில் நடந்த துப்பாக்கிச்சூட்டில் மட்டும் இருபத்தியெட்டு உயிர்கள் பலியாகின. மாணவர்களைக் கொத்துக் கொத்தாகக் கைது செய்து சிறையில் அடைத்தனர். இனியும் போராட்டம் தொடர்வது அபாயகரமான விளைவுகளை ஏற்படுத்தும் என்று மீண்டும் எச்சரிக்கை விடுத்தார் அண்ணா. மொழிப்பிரச்னையைப் பெரியவர்களிடம் விட்டுவிடுங்கள்; கல்வியில் கவனம் செலுத்துங்கள்!

அண்ணாவின் கோரிக்கையை மீண்டும் ஒருமுறை மாணவர்கள் புறக்கணித்த நிலையில் மூடிக்கிடந்த கல்லூரிகளைத் திறப்பதற் காக மாநில அரசு அறிவித்திருந்த 8 மார்ச் 1965 நெருங்கிக் கொண் டிருந்தது. மாணவர்கள் போராட்டத்தை ஒத்திவைத்துவிட்டுக் கல்லூரிக்குத் திரும்பிவிட்டதாக வானொலியில் செய்திகள் ஒலிபரப்பாகின. ஆனால் மாணவர் அமைப்பின் சார்பில் அப்படி யொரு அறிவிப்பு எதுவும் வரவில்லை. மாணவர்கள் போராட் டத்தைச் சிதைக்கும் நோக்கத்துடன் அரசு பரப்பும் பொய்ச் செய்தி என்றனர் மாணவர் தலைவர்கள்.

அடுத்த ஆயுதமாக பல்கைக் கழகத் தேர்வுத் தேதிகளை அறிவித்து பெற்றோர்களைப் பயமுறுத்தியது மாநில அரசு. ஏற்கெனவே போராட்டத்தில் ஈடுபட்டதன் காரணமாகப் கல்வி பாதிக்கப் பட்டுள்ள சூழலில் தேர்வையும் எழுதாமல் விட்டால் எதிர்காலம் கேள்விக்குறியாகிவிடுமோ என்ற அச்சம் பெற்றோர்களிடம்

ஏற்பட்டது. அரசியல் கட்சிகள் நடத்திய கூட்டங்களில் மாணவர் களுக்கு வேண்டுகோள்கள் விடப்பட்டன.

போதாக்குறைக்கு, பத்திரிகைகள் மாணவர்களுக்கு எதிரான நிலைப்பாட்டை எடுக்கத் தொடங்கின. எந்தப் பத்திரிகைகள் எல்லாம் மாணவர் போராட்டத்துக்கு முக்கியத்துவம் கொடுத்து, போராட்ட நெருப்பை விசிறி விட்டனவோ அவையெல்லாம் தடம் புரண்டன. சாதாரண விஷயங்களை எல்லாம் ஊதிப் பெரிதாக்கிய ஊடகங்கள் இப்போது இரும்பு போன்ற விஷயங் களையே துரும்பாக நினைத்துப் புறக்கணித்தன. மாணவர்களின் செயல்கள் வன்முறைச் செய்திகளாகச் சித்திரிக்கப்பட்டன.

பின்னால் நடக்கப்போவதை எல்லாம் முன்கூட்டியே கணித்து விட்டதால்தான் போராட்டத்தை நிறுத்தச் சொல்லிப் பலமுறை கோரிக்கை விடுத்தார் அண்ணா. அப்போது அலட்சியம் செய்தவர்கள் இப்போது அலட்சியப்படுத்தப்பட்டனர். இனியும் போராட்டம் தொடர்வது ஆபத்து என்ற நிலையில் மாணவர்கள் போராட்டத்தை ஒத்திவைக்கும் மனநிலைக்கு வந்தனர். *14 மார்ச் 1965 அன்று அதிகாரப்பூர்வ அறிவிப்பு வெளியானது. இந்தித் திணிப்புக்கு எதிரான மாணவர் போராட்டம் தாற்காலிகமாக ஒத்திவைக்கப்படுகிறது!*

இந்தித் திணிப்பைக் கண்டித்து நடந்த முதல் இரண்டு கட்டப் போராட்டங்கள் குறிப்பிடத்தக்க வெற்றியை ஈட்டின. மூன்றாம் கட்டப் போராட்டத்தின்போது பிரதமர் நேருவிடம் இருந்து முக்கியத்துவம் வாய்ந்த வாக்குறுதி ஒன்றைப் பெற முடிந்தது. அதனைப் பின்னாளில் நேருவே அலட்சியம் செய்துவிட்ட போதும் வாக்குறுதி பெறப்பட்ட காலத்தில் அதற்கு முக்கியத் துவம் இருந்தது. அந்த வகையில் மூன்றாம் கட்ட மொழிப்போர் பகுதி அளவில் வெற்றிபெற்ற ஒன்று. ஆனால் ஒட்டுமொத்த தேசத்தையே உலுக்கியெடுக்கும் வகையில் நடந்து, பல உயிர்களைப் பலிகொடுத்த நான்காம் கட்ட மொழிப் போராட்டம் பெரிய அளவில் வெற்றிபெறவில்லை என்பதுதான் சோக வரலாறு.

உலகில் நடந்த எல்லா போராட்டங்களும் வெற்றிபெற்றுவிடும் என்று உறுதியாகச் சொல்லமுடியாது. அதன் வெற்றி, தோல்வி என்பது நான்கு அம்சங்களைப் பொறுத்து அமைகிறது. முதலில்,

நியாயமான கோரிக்கை. இரண்டாவது, கொள்கை உறுதி கொண்ட போராளிகள். மூன்றாவது, மக்கள் ஆதரவு. நான் காவது, ஆட்சியாளர்கள். இவற்றில் எந்தவொன்று சரியாக அமையாவிட்டாலும் போராட்டத்தின் வெற்றி எட்டாக் கனியாகிவிடும்.

பல மொழிகள் பேசப்படும் இந்தியாவில் ஒற்றை மொழியை ஆட்சிமொழியாக ஆக்குவது என்பது எதேச்சாதிகாரத்தின் உச்சம். அதைத்தடுத்து நிறுத்தவேண்டியது ஜனநாயகத்தில் நம்பிக்கை உள்ள அத்தனைபேருடைய கடமை. அந்த வகையில் இந்தியின் ஏகாதிபத்தியத்தைத் தடுத்துநிறுத்த வேண்டும் என்ற இலட்சியத்துடன் மாணவர்கள் களத்துக்கு வந்தது வரவேற்கப் படவேண்டிய ஒன்று. அந்த வகையில் நான்காம் கட்ட மொழிப் போரின் கோரிக்கையும் இலக்கும் நியாயமானது.

நியாயமான கோரிக்கையை முன்வைத்து, கட்டுக்கோப்புடன் ஒருங்கிணைந்து மாணவர்கள் போராட்டம் நடத்தினர். துல்லியமாக வியூகம் வகுத்துச் செயல்பட்டனர். கச்சிதமான அதேசமயம் உணர்ச்சிகரமான பிரசாரத்தையும் செய்தனர். என்றாலும், மாணவர்களுக்கு இடையே திடீரென ஈகோ யுத்தம் ஏற்பட்டது. கருத்துவேறுபாடுகள் முளைத்தன. விளம்பரம் தேடும் முயற்சிகள் செய்யப்பட்டன. போராட்ட நிதி உள்ளிட்ட விஷயங்களில் சலசலப்புகள் ஏற்பட்டன. அவையெல்லாம் போராட்டத்தின் கூர்மையை மழுங்கச் செய்தன.

மாணவர்களின் போராட்டங்கள் இத்தனை எழுச்சியுடன் நடந்ததற்கு முக்கியமான காரணம் அரசியல் கட்சிகள் மற்றும் பொதுமக்கள் கொடுத்த ஆதரவும் அரவணைப்பும்தான். ஆனால் மாணவர்களின் போராட்டங்களை அரசாங்கம் இரும்புக்கரம் கொண்டு அடக்கமுயன்றபோது அரசியல் தலைவர்களும் பெற்றோர்களும் யோசிக்கத் தொடங்கினர். மாணவர்களின் எதிர்காலம் குறித்துக் கவலைப்பட்டனர்.

அரசின் கவனத்தைப் போதுமான அளவுக்கு ஈர்த்துவிட்டதால் இனி போராட்டத்தைப் பெரியவர்களிடம் ஒப்படைத்துவிட்டு ஒதுங்கிக்கொள்ளுமாறு மாணவர்களிடம் வேண்டுகோள் வைத்தனர். அதை மாணவர்கள் ஏற்க மறுத்தனர். விளைவு, ஆதரவு கொடுத்த அனைவரும் பின்வாங்கத் தொடங்கினர். விளைவு, மாணவர் போராட்டம் வலுவிழந்தது.

மாணவர்களின் போராட்டம் நாளுக்கு நாள் வலுப்பெற்ற சமயத்தில் மத்திய, மாநில அரசுகள் தொடர்ந்து அடக்குமுறை நடவடிக்கைகளை நிறுத்தவில்லை. தடியடி தொடங்கி துப்பாக்கிச்சூடு வரை நடத்தின. மாணவர்களின் கோரிக்கைகளுக்குக் கொஞ்சமும் செவிசாய்க்காமல், பிடிவாதம் காட்டியது கூட போராட்டத்தை வலுவிழக்கச் செய்தது என்று சொல்லலாம்.

அளவுக்கு மீறிய அடக்குமுறை காரணமாகப் போராட்டங்கள் நசுக்கப்பட்டன என்றாலும் மனத்துக்குள் எரிந்துகொண்டிருந்த போராட்ட நெருப்பை அரசாங்கத்தால் அணைக்கமுடியவில்லை. இரண்டு ஆண்டுகள் கழித்து நடந்த பொதுத்தேர்தலில் அந்த நெருப்பு தனது பலத்தை நிரூபித்தது. ஆம். தமிழ்நாட்டில் ஆட்சியில் இருந்த காங்கிரஸ் கட்சி அப்புறப்படுத்தப்பட்டது. அன்று முதல் இன்றுவரை சுமார் நாற்பது ஆண்டுகளாக ஆட்சியின் அருகில்கூட வராமல் இருக்கிறது காங்கிரஸ் கட்சி.

அதேசமயம் நான்காம் கட்ட மொழிப்போராட்டம் இந்தித் திணிப்பில் ஈடுபடும் மத்திய அரசுக்குத் தமது உறுதியான எதிர்ப்பைப் பதிவுசெய்திருக்கிறது. இந்தி மொழியை இந்தியாவின் ஒரே ஆட்சிமொழியாக மாற்றுவதை தென்னகத்தைச் சேர்ந்தவர்களும் வங்காளத்தைச் சேர்ந்தவர்களும் குறிப்பாக, இந்தி பேசாத மக்கள் ஒருக்காலும் ஏற்றுக்கொள்ளமாட்டார்கள் என்பது உறுதிசெய்யப்பட்டுள்ளது. ஒருவேளை இந்தி ஆட்சி மொழியாக்கப்பட்டால் அதனுடன் சேர்த்து மற்ற தேசிய மொழிகளையும் இந்தியாவின் ஆட்சி மொழிகளாக மத்திய அரசு ஏற்கக்கூடிய காலம் வரும் என்ற நம்பிக்கையை மற்ற மொழியினரிடம் விதைத்திருக்கிறது.

முக்கியமான விளைவுகள் என்று பார்த்தால் இந்திய அரசியலமைப்புச் சட்டத்தின் எட்டாவது அட்டவணையில் இடம் பெற்றுள்ள பதினான்கு தேசிய மொழிகளையும் மத்திய அரசுப் பணிக்கான தேர்வுகளின் பயிற்சிமொழிகளாக அங்கீகரித்தது நான்காம் கட்ட மொழிப் போராட்டத்துக்குப் பிறகுதான். நேருவின் உறுதி மொழியை ஆட்சிமொழி சட்டத்தில் இணைக்க மறுத்துவந்த மத்திய அரசு, பின்னர் ஆட்சிமொழி சட்டத்தில் திருத்தம் செய்வதற்குச் சம்மதித்ததும் நான்காம் கட்ட மொழிப் போராட்டத்துக்குப் பிறகுதான்.

மும்மொழியும் இருமொழியும்

5

1967 பொதுத்தேர்தல் முடிவுகள் காங்கிரஸ் கட்சிக்குப் பல மாநிலங்களில் செல்வாக்கு சரிந்திருப்பதை உணர்த்தியது. குறிப்பாக, தமிழ்நாட்டில் அந்தக் கட்சி படுதோல்வியைச் சந்தித் திருந்தது. காங்கிரஸ் கட்சி ஆட்சியில் இருந்து அகற்றப்பட்டு, அண்ணா தலைமையிலான திமுக அரசு தமிழ்நாட்டில் ஆட்சியைக் கைப்பற்றியது. மேலும், எட்டு மாநிலங்களில் காங்கிரஸ் கட்சி ஆட்சியை இழந்திருந்தது.

தேசிய அளவில் காங்கிரஸ் கட்சிக்குக் கணிசமான அளவில் சரிவுகள் ஏற்பட்டிருந்தாலும், ஆட்சியைப் பிடிப்பதில் பெரிய பிரச்னைகள் எதுவும் இருக்கவில்லை. சாஸ்திரியின் மறைவுக்குப் பிறகு பிரதமர் பொறுப்பை ஏற்ற இந்திரா, தற்போது மீண்டும் பிரதமர் பொறுப்பை ஏற்றிருந்தார்.

அதனைத் தொடர்ந்து இந்தி பேசாத மக்களிடம் இழந்துபோன செல்வாக்கை மீட்டெடுக்கும் முயற்சியில் காங்கிரஸ் தலைமை ஈடுபட்டது. அதன் ஒருபகுதியாக நாட்டில் கிளம்பியிருக்கும் இந்தி எதிர்ப்பு உணர்வுகளைக் கட்டுப்படுத்தும் முடிவுக்கு வந்தது மத்திய அரசு. அதன் காரணமாகவே, மத்திய அரசின் துணை ஆட்சிமொழியாக ஆங்கிலம் நீடிக்கும் வகையில் புதிய சட்டத்திருத்தம் விரைவில் கொண்டுவரப்படும் என்று அறிவித் தார் குடியரசுத் தலைவர் ஜாஹிர் ஹுசேன்.

27 நவம்பர் 1967 அன்று ஆட்சிமொழிகள் சட்டத்திருத்த முன் வடிவை நாடாளுமன்றத்தில் தாக்கல் செய்தது மத்திய அரசு. ஆங்கில மொழி ஆட்சிமொழியாக நீடிக்கும் வகையில் சட்டத்

திருத்தம் செய்வதற்கு மத்திய அரசுக்கு உரிமை இல்லை என்று இந்தி ஆதரவாளர்கள் எதிர்ப்பு தெரிவித்தனர். ஆனால் இது வொன்றும் புதிய சட்ட முன்வடிவு அல்ல; ஏற்கெனவே நிறை வேற்றப்பட்ட சட்டத்துக்கான திருத்தம்தான் என்றார் மத்திய உள்துறை அமைச்சர் ஒய்.பி. சவாண். அதனைத் தொடர்ந்து வாக்கெடுப்பு நடத்தப்பட்டது. திருத்தத்துக்கு ஆதரவாக 181 வாக்குகளும் எதிராக 25 வாக்குகளும் கிடைத்தன.

இந்தச் சட்டத்திருத்தம் சரியான முடிவல்ல என்பது திமுகவின் நிலைப்பாடு. ஆட்சிமொழி சட்டத்தைத் திருத்துவதைக் காட்டி லும் அரசியல் அமைப்புச் சட்டத்தைத் திருத்தி, பதினான்கு தேசிய மொழிகளையும் ஆட்சிமொழியாக மாற்றுவதுதான் நியாயமான காரியம் என்றது திமுக. அப்போது மக்களவையில் பேசிய திமுக உறுப்பினர் க. அன்பழகன், 'நாங்கள் இந்தி ஆதிக் கத்தை எதிர்த்துப் போராடுகிறோம்.. இந்தச் சட்டத் திருத்தத்துக் காகப் போராடவில்லை.. அரசியல் சட்டம் திருத்தப்பட வேண்டும் என்று வற்புறுத்துகிறோம். இந்திக்கு என்ன இடம் அளிக்கப்படுகிறதோ அதே இடம் தமிழுக்கும் அளிக்கப்பட வேண்டும். பதினான்கு மொழிகளும் ஆட்சிமொழிகளாக வேண்டும்.' என்றார்.

ஆனால் புதிய சட்டத்திருத்தத்துக்கு இந்தி ஆதரவாளர்கள் கடுமையான எதிர்ப்பைப் பதிவுசெய்தனர். இந்தி பேசும் மாநிலங் களில் ஆர்ப்பாட்டங்களும் ஊர்வலங்களும் தொடர்ச்சியாக நடந்தன. ஆட்சிமொழிச் சட்டத் திருத்த மசோதாவின் நகல் மக்களவையில் தீவைத்துக் கொளுத்தப்பட்டது. எதிர்ப்புகள் வலுத்ததைத் தொடர்ந்து இந்தி ஆதரவாளர்களைத் திருப்திப் படுத்தும் வகையில் சட்டத்திருத்த முன்வரைவில் சில திருத்தங் கள் செய்யப்பட்டு, 8 ஜனவரி 1968 அன்று குடியரசுத் தலைவரின் ஒப்புதலுடன் ஆட்சிமொழி சட்டத்திருத்தம் அமலுக்கு வந்தது.

அந்தத் திருத்தத்தின் முக்கிய சங்கதிகள் என்று மூன்றைச் சொல்ல லாம். முதலாவது, எட்டாம் அட்டவணையில் இடம்பெற்றுள்ள அனைத்து மொழிகளையும் அவற்றின் கல்வி, பண்பாட்டு நலன் கருதி அவற்றின் வளர்ச்சிக்கு உறுதியான நடவடிக்கை எடுக்க வேண்டும். இரண்டாவது, இந்தி பேசாத மக்கள் மத்திய அரசுப் பணிகளுக்காகத் தேர்ந்தெடுக்கப்படும் முதல் கட்டத்தில் இந்தி அறிவு அவசியம் இல்லை. மூன்றாவது, தேசிய ஒருமைப்

பாட்டை வளர்க்கும் வகையில் மாநில அரசுகளின் ஆலோசனைகளுடன் மும்மொழித் திட்டத்தை அமல்படுத்தவேண்டும்.

கல்வி, பண்பாட்டு நலனுக்காக அவற்றை மற்ற மொழிகளை வளர்க்கவேண்டும் என்று சொன்ன அந்தத் திருத்தம், அந்த மொழிகளை இந்தியாவின் ஆட்சிமொழியாக ஆக்குவது பற்றி எந்த உறுதி மொழியையும் கொடுக்கவில்லை. அதேபோல, மத்திய அரசுப் பணிகளில் சேர்வதற்கு முதல் கட்டத்தில் இந்தி அறிவு அவசியம் இல்லை என்றால், அடுத்தடுத்த கட்டங்களில் அவர்களுடைய பணிகளுக்கு என்ன உத்தரவாதம்? குறிப்பாக, பதவி உயர்வு என்று வரும்போது இந்தி தெரிந்தவர்களுக்கு மட்டும்தான் வாய்ப்புகள் தரப்படுமா? இந்தி படிக்காதவர்களின் கதி என்ன? இதைப்பற்றி அந்தத் திருத்தம் எதுவும் சொல்ல வில்லை.

அடுத்தது, மும்மொழித் திட்டம் பற்றியது. இது 1909 ஆம் ஆண்டு காந்தி வலியுறுத்திய மும்மொழித் திட்டத்தின் மாற்றுவடிவம் தான். அப்போது காந்தி, ஒவ்வொரு பண்பட்ட இந்தியனுக்கும் தனது மாகாண மொழியுடன் ஒரு செம்மொழியும் இந்தியும் கட்டாயம் தெரிந்திருக்கவேண்டும் என்றார். தற்போது அதில் சிறுமாற்றம் செய்யப்பட்டிருந்தது. பிராந்திய மொழி, ஆங்கிலம் மற்றும் இந்தி ஆகியவற்றைக் கொண்ட மும்மொழித் திட்டத்தை அமல்படுத்த சொன்னது மத்திய அரசு. இதன்மூலம் இந்தியை எல்லா மாநிலங்களிலும் கட்டாயப்படுத்தி நுழைக்கிறது அந்தத் திருத்தம்.

இப்படி எல்லா வகைகளிலும் இந்தித் திணிப்பை மையப்படுத்திய இந்தச் சட்டத்திருத்தங்களை இந்தி ஆதரவாளர்களும் ஏற்கவில்லை. இந்தித் திணிப்புக்கு எதிரானவர்களும் ஏற்றுக் கொள்ளவில்லை. குறிப்பாக, தமிழ்நாடு, ஆந்திரா, மேற்கு வங்கம், கர்நாடகா உள்ளிட்ட மாநிலங்களிலும் மத்திய அரசின் ஆட்சிமொழி குறித்து மத்திய அரசு நியாயமான முடிவை எடுக்க வேண்டும் என்று வலியுறுத்தத் தொடங்கின.

தமிழ்நாட்டில் மாணவர்கள் மீண்டும் போராட்டக் களத்துக்கு வந்தனர். மத்திய அரசு அலுவலகங்களைத் தாக்கினர். இந்தி எழுத்துகளைத் தார்பூசி அழித்தனர். ரயில்பெட்டிகளுக்கு தீவைத் தனர். சென்னை, திருச்சி, மதுரை, கோவை என்று தமிழகத்தில்

பெரும்பாலான இடங்களில் மாணவர்கள் சாலை மறியல், ரயில் மறியல், ஊர்வலம் என்று போராடத் தொடங்கினர்.

போராட்டச் செய்திகள் முதலமைச்சர் அண்ணாவை அதிர்ச்சி யடையச் செய்தன. போராட்டம் வலுவடைவதைத் தடுக்கும் நோக்கத்துடன் கல்வி அமைச்சர் நாவலர் நெடுஞ்செழியன் மாணவர்களைச் சந்தித்துப் பேசினார். நடப்பது திமுக அரசு; மாணவர்களின் கோரிக்கைகளை மதிக்கும் அரசு; மொழி விஷயத்தில் நல்ல முடிவு எடுப்போம்; அமைதியாக இருங்கள் என்றார் நெடுஞ்செழியன்.

திடீரென சென்னை சென்ட்ரல் ரயில் நிலையத்தை மாணவர்கள் எரிக்கப்போவதாகத் தகவல் வந்தது. உடனடியாக அங்கே சென்று மாணவர்களைச் சந்தித்தார் பொதுப்பணித்துறை அமைச்சர் கருணாநிதி. வன்முறை எப்போது நடக்கும்; அதை வைத்து திமுக அரசைக் கலைக்கலாம் என்று சில விஷமிகள் விரிக்கும் வலையில் மாணவர்கள் விழுந்துவிடக் கூடாது என்ற கருணாநிதியின் கோரிக்கைக்குப் பலன் கிடைத்தது, அப் போதைக்கு. மாணவர்கள் கலைந்தனர்.

ஆனால் போராட்டம் நின்றுவிடவில்லை. வன்முறைச் செயல் கள் தொடர்ந்து நடந்தன. கடந்த ஆட்சிக்காலத்தில் முத லமைச்சர்- மாணவர்கள் சந்திப்பு நடைபெறாமல் போனதுதான் போராட்டத்துக்குக் காரணம் என்பது திமுக முன்வைத்த முக்கியக் குற்றச்சாட்டு. தற்போது மீண்டும் போராட்டம் வலுத்திருக்கும் நிலையில் உடனடியாக மாணவர்களைச் சந்தித்துப் பேச விருப்பம் தெரிவித்தார் முதலமைச்சர் அண்ணா. 5 ஜனவரி 1968 அன்று மாநில சட்ட அமைச்சர் செ. மாதவனின் இல்லத்தில் முதல்வர் - மாணவர்கள் சந்திப்பு நடந்தது. அமைச் சர்கள் நெடுஞ்செழியன், கருணாநிதி, மக்களவை உறுப்பினர் க. அன்பழகன், விருதுநகர் பெ. சீனிவாசன் உள்ளிட்டோரும் வந்திருந்தனர்.

முதலில் மாணவர்களைப் பேசச் சொன்னார் அண்ணா. கோரிக்கைகளைக் கேட்டார். சில விளக்கங்களைச் சொன்னார். சுமார் ஐந்து நாள்களுக்கும் மேலாகப் பேச்சுவார்த்தைகள் நீடித்தன. மொழிச்சிக்கலுக்கு முடிவு காணும் பொறுப்பை தமிழக அரசிடம் ஒப்படைத்துவிட்டு, போராட்டத்தைக் கைவிடுங்கள் என்று மாணவர்களைக் கேட்டுக் கொண்டார்.

இறுதியாக, சில தீர்மானங்கள் நிறைவேற்றப்பட்டன. இந்தித் திணிப்பு காரணமாகத் தமிழக மாணவர்களுக்கு இழைக்கப் பட்டுள்ள அநீதிகளைக் களைவதற்கு அண்டை மாநில அரசு களுடன் கலந்துபேசி சட்ட நடவடிக்கைகள் எடுக்கப்படும்; கல்லூரிகளில் பயிற்றுமொழியாக தமிழைக் கொண்டுவருவதற்குத் தேவையான நடவடிக்கைகளைத் தமிழக அரசு எடுக்கும்.

மாணவர்களுக்குக் கொடுத்த வாக்குறுதியை செயல்வடிவத் துக்குக் கொண்டுவரும் முயற்சியில் இறங்கியது திமுக அரசு. தமிழ்நாடு சட்டமன்றத்தின் சிறப்புக்கூட்டம் 23 ஜனவரி 1968 அன்று கூடியது.

அப்போது ஆட்சிமொழி சட்டத் திருத்தம் மற்றும் அதனை யொட்டிய தீர்மானத்தை நாடாளுமன்றம் நிறைவேற்றியதன் விளைவாக இம்மாநிலத்தில் ஏற்பட்டுள்ள கடும் நிலைமைகள் குறித்து ஆய்வு செய்யவேண்டும் என்ற தீர்மானத்தை அமைச்சர் நெடுஞ்செழியன் முன்மொழிந்தார். பின்னர் அந்தத் தீர்மானத் துக்கு முதலமைச்சர் அண்ணா ஒரு திருத்தத்தைக் கொண்டு வந்தார்.

தமிழும் மற்ற தேசிய மொழிகளும் மத்திய ஆட்சிமொழிகளாக ஏற்கப்பட்டு அரசியல் சட்டம் திருத்தப்பட வேண்டும். அதுவரை ஆங்கிலமே ஆட்சிமொழியாகத் தொடர்ந்து இருந்துவர வேண்டும். இப்போது (நாடாளுமன்றத்தில்) நிறைவேற்றப் பட்டுள்ள மொழிச்சட்டம் இந்த லட்சியத்துக்கு ஒத்ததாக அமையவில்லை என்று கருதுவதுடன் மொழித்திருத்தச் சட்டத் துடன் நிறைவேற்றப்பட்ட தீர்மானம் இந்தி பேசாத மக்களுக்கு அநீதியையும் சங்கடத்தையும் புதிய பளுவையும் உண்டாக்கு கின்றபடியால் அந்தத்தீர்மானத்தை அமலாக்கக்கூடாது... மும் மொழித் திட்டத்தை நிறைவேற்றவேண்டும் என்று வலியுறுத்து வதன் மூலம் இந்தித் திணிப்பை நடத்தி, இறுதியில் இந்தியையே ஆட்சிமொழியாக ஆக்கி விடுவது என்ற நோக்கத்துடன் அமைந் திருக்கிறது என்று இந்த மன்றம் கருதுகிறது.. மத்திய அரசின் இந்தித் திணிப்புத் திட்டத்தை இந்த மன்றம் ஏற்க மறுக்கிறது.. மத்திய அரசின் மொழித்தீர்மானத்தை இந்த அரசு செயல்படுத்த மறுக்கிற வகையிலும் தமிழக மக்களும் மாணவர்களும் வெளி யிட்டுள்ள கருத்துக்கு மதிப்பளிக்கிற வகையிலும் தமிழகத்தின் அனைத்து பள்ளிகளிலும் மும்மொழித் திட்டத்தை அகற்றி

விட்டு, தமிழ், ஆங்கிலம் என்ற இருமொழிகளுக்கு இடமளித்து, இந்தி மொழியை அறவே நீக்கிட இம்மன்றம் தீர்மானிக்கிறது.

பின்னர் தீர்மானம் ஒருமனதாக நிறைவேறியது. மத்திய அரசின் சட்டத்துக்குக் கட்டுப்படாமல் மாநில அரசு தனியாகச் சட்டம் போட்டு, மத்திய அரசுக்குச் சவால் விடுவதா என்ற கேள்வியை காங்கிரஸ் தலைவர்கள் எழுப்பினர். ஆட்சிக்கலைப்புகூட சாத்தியப்படலாம் என்றனர். ஆனால் முதலமைச்சர் அண்ணா நிதானமாகவே பேசினார்.

'மத்திய அரசு நடவடிக்கை எடுக்க விரும்பினால் எவ்வளவு கடுமையானதாக இருந்தாலும் அதனை ஏற்க நான் தயாராகவே இருக்கிறேன்... 1937 ஆம் ஆண்டு தொடங்கிய இந்தி எதிர்ப்பு அறப்போராட்டத்தின் இறுதிக் கட்டமாகத்தான் இப்போது தமிழ்நாடு சட்டமன்றத்தில் இருமொழித் திட்டத் தீர்மானம் நிறைவேற்றப்பட்டுள்ளது. இனி புதிய அத்தியாயம் எழுத வேண்டியவர்கள் நாம் அல்லர். என்னால் ஆனதைச் செய்து விட்டேன். இனி டில்லி அரசு தன்னால் ஆனதைச் செய்யட்டும்!'

ஐந்தாம் கட்டம்

மொரார்ஜி திணித்த இந்தி

இந்தியாவில் அங்கீகாரம் பெற்ற பதினேழு மொழிகள் இருக்கின்றன. அந்த மொழிகளைப் பேசுகின்ற மக்கள் பரஸ்பரம் தொடர்புகொள்ள விரும்புகின்றனர். அதற்கு அவர்களுக்கு ஒரு பொதுமொழி தேவைப்படுகிறது. எல்லா மொழிகளும் சமமான முக்கியத்துவம் உள்ளவைதான். ஆனால் நமக்கு ஒரு பொதுவான இணைப்பு மொழி (Link Language) தேவைப்படுகிறது. எந்த மொழியாவது இந்தியைக் காட்டிலும் அதிகமான மக்களால் புரிந்துகொள்ளப்படுவதாக இருந்தால் அந்த மொழியைப் பொதுமொழியாக, இணைப்பு மொழியாக ஏற்றுக் கொள்வதைப்பற்றி எனக்கு மறுப்பு இல்லை. ஆனால் மக்கள் ஐம்பதில் இருந்து அறுபது சதவிகிதத்தினரால் புரிந்துகொள்ளப் படும் ஒரே மொழி இந்தி மொழிதான்!

12 மார்ச் 1978 அன்று இந்தியப் பிரதமர் மொரார்ஜி தேசாய் பேசியதன் ஒரு பகுதியே மேலே இருப்பது. எமர்ஜென்ஸிக்குப் பிறகு மத்தியிலும் மாநிலத்திலும் ஆட்சிமாற்றங்கள் நடந்திருந்தன. கருத்துவேறுபாடுகள் காரணமாக 1972 ஆம் ஆண்டு திமுகவில் இருந்து விலகி, அண்ணா திமுக என்ற புதிய கட்சியைத் தொடங்கியிருந்தார் எம்.ஜி.ஆர். 1977ல் நடந்த மக்களவைத் தேர்தலில் இந்திரா காங்கிரஸுடன் கூட்டணி அமைத்துப் போட்டியிட்டு, வெற்றிபெற்றது அதிமுக. பின்னர் நடந்த தமிழ்நாடு சட்டமன்றத் தேர்தலில் இந்திரா காங்கிரஸுக்குப் பதிலாக மார்க்சிஸ்ட் கம்யூனிஸ்ட் கட்சியுடன் கூட்டணி வைத்து போட்டியிட்டு, ஆட்சியைக் கைப்பற்றியது அதிமுக. தமிழ்நாட்டின் முதலமைச்சர் பொறுப்பை எம்.ஜி.ஆர் ஏற்றுக்கொண்டார். திமுக எதிர்க்கட்சி வரிசையில் அமர்ந்தது.

தேசிய அளவில் இந்திரா காந்தி தலைமையிலான காங்கிரஸ் கட்சியை வீழ்த்தி பலகட்சிகளை உள்ளடக்கிய ஜனதா கட்சி ஆட்சியைப் பிடித்தது. மொரார்ஜி தேசாய் பிரதமர் பதவிக்கு வந்திருந்தார். காங்கிரஸ் கட்சியின் முக்கியத்தலைவராக விளங்கிய காலத்திலேயே அவருக்கு இந்தித் திணிப்பில் ஆர்வம் அதிகம். தவிரவும், தற்போது பிரதமர் பதவிக்கே வந்துவிட்ட நிலையில் இந்திக்குக் கூடுதல் முக்கியத்துவம் கொடுக்க விரும்பினார். அந்த விருப்பம்தான் கோயம்புத்தூரில் நடந்த தமிழ்நாடு ஜனதா கட்சியின் முதல் மாநாட்டில் பேசும்போது மொரார்ஜியின் வார்த்தைகளில் வெளிப்பட்டது.

அது சில மாதங்களிலேயே செயல்வடிவம் பெற்றது. திடீரென ஒருநாள் மத்திய அரசுப் பணிகளில் இருக்கும் துணைச் செயலாளர் மற்றும் அதைவிட உயர்ந்த அந்தஸ்தில் இருக்கும் அதிகாரிகள் இந்தி பேசாத மாநிலங்களைச் சேர்ந்தவர்களாக இருந்தால் அவர்கள் கட்டாயமாக இந்தி படிக்கவேண்டும் என்று மத்திய அரசு கறார் உத்தரவு பிறப்பித்தது. இப்படியொரு நடைமுறையை மத்திய அரசு எப்போது வேண்டுமானாலும் கொண்டுவரக்கூடும் என்பதை உணர்ந்தே ஆட்சிமொழிச் சட்டத் திருத்தைத் தீவிரமாக எதிர்த்தது. இந்திய அரசியலமைப்புச் சட்டத்திலேயே திருத்தம் வேண்டுமெனக் கூறியது. அப்போது திமுக சந்தேகப்பட்டது இப்போது உண்மையானது.

கட்டாய இந்தி உத்தரவு தமிழகத்தில் கடும் கொந்தளிப்பை ஏற்படுத்தியது. திமுக சார்பில் கண்டனக்குரல்கள் எழுந்தன. தமிழகம் வந்த முன்னாள் பிரதமர் இந்திரா காந்திகூட, 'மொரார்ஜி அரசு இந்தியைத் திணிக்க முயல்கிறது' என்று குற்றம்சாட்டினார். அதனைத் தொடர்ந்து இந்தித் திணிப்பு குறித்து மத்திய அரசுக்குக் கடிதம் எழுதினார் முதலமைச்சர் எம்.ஜி.ஆர். வெறுமனே இந்தித் திணிப்பு பற்றிய தமிழக அரசின் அதிருப்தியைத் தெரிவித்ததோடு, தமிழ்நாட்டில் சில அரசியல் சக்திகள் - அவர்கள் யார் என்பது உங்களுக்கே தெரியும் - அவர்கள் இங்கே மொழிப் பிரச்னையைப் பயன்படுத்தி லாபம் பார்க்க நினைக்கிறார்கள் என்றும் எழுதியிருந்தார்.

மொழிப்பிரச்னையில் திமுகவும் அதிமுகவும் இரட்டைக்குழல் துப்பாக்கி என்று பதவியேற்ற நாள்முதல் சொல்லிக் கொண்டிருந்த எம்.ஜி.ஆர், திடீரென திமுகவை மறைமுகமாகக் குற்றம்சாட்டியது

ஆச்சரியத்தை ஏற்படுத்தியது.எனினும், எம்.ஜி.ஆரின் கடிதத்துக்கு உடனடியாகப் பதிலளித்தார் மொரார்ஜி.

'பழைய சம்பிரதாயங்கள் மட்டுமே எப்போதும் நீடித்திருக்கும் என்று சொல்லமுடியாது. காலப்போக்கில் மாற்றங்கள் ஏற்படவே செய்யும். அந்த வகையில் மத்திய அரசின் அலுவல்களில் இந்தியைப் பயன்படுத்துவது அதிகரித்துக் கொண்டே போவது இயல்பான விஷயம்தான். அதேசமயம், அதிகாரிகள் இந்திப் படிக்கவேண்டும் என்பது கட்டாயம் அல்ல; அவசியமான ஒன்று!'

மொரார்ஜி கொடுத்த பதிலில் இரண்டு விஷயங்கள் தெளிவாகின. ஒன்று, இந்தித் திணிப்பு இனியும் நீடிக்குமே தவிர நிற்பதற்கு வாய்ப்பில்லை. இரண்டாவது, மத்திய அரசுப் பணிகளில் இருக்கும் தமிழர்கள் உள்ளிட்ட இந்தி பேசாத மக்கள் தங்களுடைய அரசுப்பணியைக் காப்பாற்றிக் கொள்ளவேண்டும் என்றால் கட்டாயமாக இந்தி படிக்க வேண்டும்.

மத்திய அரசின் இந்தித் திணிப்பு நடவடிக்கைக்கு எதிர்ப்பு தெரிவிக்கும் வகையில் மாநிலங்களவையில் திமுக உறுப்பினர் வை.கோபால்சாமி பேசும்போது, 'புது டெல்லி; இந்தியக் கூட்டாட்சியின் தலைநகர்; அனைத்து இந்தியக் குடிமக்களுக்கும் பொதுவான மையமாக இருந்திடவேண்டும். ஆனால், இங்குதான் இந்தி வெறி தாண்டவமாடுகிறது. இந்தப் போக்கைத் தடுத்து நிறுத்தாவிடில், இந்திய நாட்டின் ஒற்றுமைக்கும் ஒருமைப்பாட்டுக்கும் பெருங்கேடு நேர்ந்துவிடும். இந்தி மொழியை நீங்கள் திணித்தால், தூங்குகின்ற வேங்கைப் புலியை உசுப்பிவிடும் பேராபத்தைச் சந்திப்பீர்கள் என்று எச்சரிக்கிறேன்' என்றார்.

10 ஆகஸ்டு 1978 அன்று இந்தித் திணிப்பு தொடர்பாக மீண்டும் ஒரு பிரச்னையை மாநிலங்களவையில் எழுப்பினார் வை. கோபால்ராமி.

'நேற்று முன்தினம் ரயில்வே அமைச்சரவை அலுவலகத்தில் இருந்து எனக்கு வந்துள்ள கடிதத்தின் உறையில் முகவரியே இந்தியில் எழுதப்பட்டுள்ளது. எனக்கு அம்மொழி தெரியாது. என்ன எழுதப்பட்டுள்ளது, யார் முகவரிக்கு அனுப்பப்பட்டுள்ளது என்பதே எனக்குப் புரியவில்லை... இதுதான் நேருவின் உறுதி

மொழியைச் செயல்படுத்தும் முறையா?.. ஒன்றுபட்ட இந்தியாவை நீங்கள் விரும்பினால் இந்தியைத் திணிக்கும் முயற்சிகளை ஆயிரம் அடி ஆழத்தில் குழிதோண்டிப் புதை யுங்கள். பெரும்பான்மை பலத்தால், அதிகாரத்தால், இந்தியைத் திணித்து எங்களை அச்சுறுத்துவீர்களானால், அதற்கு முதல் பலி, இந்த நாட்டின் ஒற்றுமையாகத்தான் இருக்கும்... 1965ல் தெற்கே நடைபெற்ற மொழிப்புரட்சியை மறந்துவிட வேண்டாம்.. கடைசித் தமிழனின் கடைசித் துளி ரத்தம் இருக்கும்வரை இந்தியைத் திணிக்க விடமாட்டோம். எங்களின் பிணங்களில் மீதுதான் இந்தி ஏகாதிபத்தியம் நுழையமுடியும். இதோ இந்த மன்றத்தில் எனது கைகளில் உள்ள இந்தக் கடிதங்களை நான் கிழித்து எறிவதைப் போல இந்தியைத் திணிக்கும் இந்தி வெறியர்களின் ஒவ்வொரு முயற்சியும் கிழித்து எறியப்படும்' என்று ஆவேசமாகப் பேசினார். சொன்னது போலவே தன் கையில் இருந்த கடிதங்களை எல்லாம் கிழித்தெறிந்தார்.

அதன் தொடர்ச்சியாக 23 டிசம்பர் 1978 அன்று திருச்சியில் வைத்து இந்தி எதிர்ப்பு மாநாட்டை நடத்தியது திமுக. அந்த மாநாட்டைத் திறந்துவைத்தவர் வை. கோபால்சாமி. தமிழையும் இந்தியாவின் ஆட்சி மொழியாக ஆக்கவேண்டும்; அனைத்து மாநில ஆட்சி மொழிகளையும் மத்திய ஆட்சிமொழிகளாகச் சேர்த்து, இந்திய அரசியலமைப்புச் சட்டத்தில் இடம்பெறச் செய்யவேண்டும்; அதுவரை ஆங்கிலமும் ஆட்சிமொழியாக நீடிக்கவேண்டும் என்பன உள்ளிட்ட தீர்மானங்கள் நிறைவேற்றப்பட்டன. மேலும், 26 ஜனவரி 1979 அன்று மாநிலம் முழுக்க திமுக சார்பில் மாபெரும் இந்தித் திணிப்பு எதிர்ப்புக் கண்டனப் பேரணிகள் நடத்தப்படும்; திமுகவினர் தத்தமது வீடுகளில் கறுப்புக் கொடி ஏற்றுங்கள்; வீதிகளில் கறுப்புக் கொடித் தோரணங்களைத் தொங்க விடுங்கள்; எல்லோரும் கறுப்புச் சட்டை அணியுங்கள் என்று அந்த மாநாட்டில் அறிவிப்புகள் வெளியிடப்பட்டு, அதன்படியே போராட்டங்கள் நடத்தப்பட்டன.

இதற்கிடையே அஇஅதிமுக சார்பிலும் இந்தி எதிர்ப்பு மாநாடு நடத்தப்படும் என்று அறிவிப்பு வெளியானது. பிறகு மாநாட்டின் பெயர் இந்தித்திணிப்பு எதிர்ப்பு மாநாடு என்றும் பின்னர் வீரவணக்க மாநாடு என்றும் மாற்றப்பட்டது. ஏன் குழம்புகிறார் எம்.ஜி.ஆர்? ஒருவேளை பிரதமர் மொரார்ஜிக்குப் பயப்படுகிறாரோ என்ற சந்தேகம் எழுந்தது. அதை உறுதி செய்வதுபோல சென்னை வந்த பிரதமர் மொரார்ஜி தேசாய்,

'நாட்டுப்பற்று உள்ளவராக இருந்தால் அவருடைய கடமை இந்தியைக் கற்றுக்கொள்வதே ஆகும். அதைக் கற்றுக்கொள்ளத் தான் வேண்டும். சட்டத்தின்மூலம் வற்புறுத்தும் முறையில் அல்ல; யார் மீதும் திணிப்பதும் கிடையாது.. இந்திப் பிரச்னை, இந்திப் பிரச்னை என்று அடிக்கடி பேசி ஏன் செத்த குதிரையைத் திரும்பத் திரும்ப அடிக்கிறீர்கள்? என்று கேள்வி எழுப்பினார். இந்தச் செய்தி 20 ஜனவரி 1979 தேதியிட்ட இந்து நாளிதழில் வெளியானது.

அதற்கு திராவிடர் கழகப் பொதுச் செயலாளர் கி. வீரமணி கண்டனம் தெரிவித்ததோடு, உடனடியாக அனைத்துக்கட்சி இந்தி எதிர்ப்பு மாநாட்டையும் கூட்டினார் கி. வீரமணி. மாநாட்டில் மொரார்ஜி தேசாயின் இந்தி வெறிக்குக் கண்டனம் தெரிவிக்கப்பட்டது. இந்தி எதிர்ப்பு செத்தக் குதிரை அல்ல; களைப்புற்றுத் தூங்குகிற குதிரை. அந்தக் குதிரை எழுந்து கம்பீரமாக நிற்கிறது. பாய்வதற்குத் தயாராக இருக்கிறது என்று எச்சரித்தார் கருணாநிதி. மேலும், நாட்டுப்பற்றுள்ளவர்கள் இந்தியைப் படிக்கவேண்டும் என்றால் இந்தியைப் படிக்க மாட்டேன் என்று சொல்பவர்கள் எல்லாம் தேசத்துரோகிகளா?' என்றும் கேள்வி எழுப்பினார் திமுக தலைவர் கருணாநிதி.

மொரார்ஜியின் செத்த குதிரை பேச்சு தொடர்பாக 23 மார்ச் 1979 அன்று மாநிலங்களவையில் பேசிய வை. கோபால்சாமி, 'இந்தி வெறியர்களின் இறுமாப்புக்கும் அகந்தைக்கும் துடுக்குத்தனத் துக்கும் ஆக்கிரமிப்பு மனப்பான்மைக்கும், டெல்லி ஆதிக்கபுரி ஆட்சியாளர்கள் தூபம் போடுவார்களானால், இந்தி எதிர்ப்புப் போர்க்குதிரை, இனி ஓய்வெடுக்காது' என்றார்.

ஆனால் எம்.ஜி.ஆரோ, 'சட்டப்படி இந்தியைத் திணிக்க மாட்டோம் என்று பிரதமர் மொரார்ஜி தேசாய் கூறியிருக்கிறார். திணிப்பு இல்லாதபோது அந்தப் பிரச்னைக்கு இடம் இல்லை என்பதால் செத்த குதிரை என்று கூறியிருக்கிறார். தேசாய் கொடுத்த வாக்குறுதியை நாங்கள் நம்புகிறோம்' என்றார். அதன்பிறகு ஜனதா கட்சியில் ஏற்பட்ட கருத்து வேறுபாடுகளும் கொள்கைக் குழப்பங்களும் அந்த ஆட்சியையே கவிழ்த்து விட்டன. அதன் காரணமாக, மொரார்ஜியின் இந்தித்திணிப்புக் கனவுகள் செயல்வடிவம் பெறவில்லை.

ஆறாம் கட்டம்

இந்தி வாரம் கொண்டாடு

*ரா*ஜீவ் காந்தி பிரதமராக இருந்த காலத்தில் 1986 செப்டெம்பர் முதல் வாரத்தை இந்தி வாரம் என்று அழைத்து, சிறப்புக் கொண்டாட்டத்தில் ஈடுபட்டது மத்திய அரசு. அதன் ஒருபகுதி யாக மத்திய அரசு அலுவலகங்களில் பணியாற்றும் அலுவலர் களும் அதிகாரிகளும் இந்தி மொழியில்தான் கையெழுத்து போடவேண்டும்; இந்தி பேசாத மாநிலங்களும் மத்திய அரசுட னான கடிதப் போக்குவரத்துகளை இந்தியிலேயே வைத்துக் கொள்ள வேண்டும் என்று வலியுறுத்தப்பட்டனர். மத்திய அரசின் சார்பில் சுற்றறிக்கை ஒன்றும் மாநில அரசுகளுக்கு அனுப்பப்பட்டது. இது இந்தித் திணிப்பைத் தீவிரமாக எதிர்க்கும் தமிழ்நாட்டில் பலத்த எதிர்ப்புகளைக் கிளப்பியது.

போதாக்குறைக்கு, நாடாளுமன்ற உறுப்பினர்கள் ஏழு பேரைக் கொண்ட ஆட்சிமொழிக்குழு ஒன்றை தமிழகத்துக்கு அனுப்பி வைத்தது மத்திய அரசு. 10 செப்டெம்பர் 1986 அன்று மதுரைக்கு வந்த அந்தக் குழுவினருக்குத் தரப்பட்ட பணி, மத்திய அரசு அலுவலகங்களில் இந்தியின் பயன்பாடு எந்த அளவுக்கு இருக் கிறது என்பதை ஆய்வுசெய்வது. ஆனால் அவர்கள் எதிர்பார்த்த அளவுக்கு தமிழ்நாட்டில் இந்தியின் பயன்பாடு இல்லை என்று தெரிந்ததும் அந்தக் குழுவினர் அரசு அலுவலர்களைப் பார்த்து எச்சரிக்கை விடுத்தாகவும் ஆவேசமாக நடந்துகொண்டதாகவும் செய்திகள் வெளியாகின.

விஷயம் கேள்விப்பட்டதும் பசும்பொன் மாவட்ட திமுக செய லாளர் தா. கிருட்டிணன் கண்டன அறிக்கை ஒன்றை

வெளியிட்டார். மறுநாள் சென்னை சட்டக்கல்லூரி மாணவர்கள் ஆர்ப்பாட்டத்தில் ஈடுபட்டனர். உயர்நீதிமன்ற வளாகத்தில் இருந்த இந்தி எழுத்துகள் அழிக்கப்பட்டன. பிரதமர் ராஜீவ் காந்தியின் உருவபொம்மை எரிக்கப்பட்டது. சென்னை தொடங்கி திருச்சி, தஞ்சாவூர், மதுரை, புதுக்கோட்டை, கோவை உள்ளிட்ட பல பகுதிகளில் ஊர்வலங்கள், ஆர்ப்பாட்டங்கள், கறுப்புக்கொடி பேரணிகள், ரயில் நிறுத்தப் போராட்டங்கள் நடந்தன. போராட்டத்தில் ஈடுபட்ட மாணவர்கள் மீது தடியடி நடந்தது. பல இடங்களில் மாணவர்கள் கொத்துக்கொத்தாகக் கைது செய்யப்பட்டனர்.

மத்திய அரசுக்கு எதிராக எழுந்துள்ள போராட்டங்கள் குறித்து கருத்து தெரிவித்த இந்திரா காங்கிரஸ் பொதுச் செயலாளர் கருப்பையா மூப்பனார், 'பிரதமர் ராஜீவ் காந்தி இந்தி பேசாத மக்கள் விரும்பும்வரை ஆங்கிலம் தொடர்ந்து ஆட்சிமொழியாக நீடிக்கும் என்று திட்டவட்டமாகவும் தெளிவாகவும் உறுதி மொழி வழங்கியுள்ளார். எனவே, யாரும் இந்தித்திணிப்பு குறித்து அச்சமடையவோ அல்லது கிளர்ச்சி நடத்தவோ தேவை யில்லை' என்றார்.

இந்தித் திணிப்புக்கு எதிராக மாணவர் போராட்டங்கள் வலுத்துக்கொண்டிருந்த சூழ்நிலையில் திமுக செயற்குழு கூடியது. அதன் தொடர்ச்சியாக அரசியல் சட்டத்தின் மொழிப் பிரிவு நகலைக் கொளுத்துவது என்றும் இந்தி ஆதிக்க எதிர்ப்பு மாநாட்டை நடத்துவது என்றும் முடிவுசெய்யப்பட்டது. அரசியல் சட்டத்தின் இடம்பெற்றுள்ள மொழிப் பிரிவில் இடம்பெற்றுள்ள 'தேவநாகரி வரிவடிவத்தில் (லிபி) உள்ள ஹிந்தி இந்தியாவின் அதிகாரப்பூர்வமான மொழியாக இருக்கவேண்டும்" என்ற வாசகத்தைத் தாளில் அச்சிட்டு அல்லது தட்டச்சு செய்து அதனை எரிக்க வேண்டும் என்று திமுகவினரைக் கேட்டுக்கொண்டது கட்சித் தலைமை.

திமுகவின் போராட்ட அறிவிப்புக்கு இந்திரா காங்கிரஸ் தலைவர்களிடம் இருந்து எதிர்ப்பு கிளம்பியது. குறிப்பாக, கோயம்புத்தூரில் பேசிய கருப்பையா மூப்பனார், தேசியக் கொடியையும் காங்கிரஸ் கொடியையும் எரிக்கப் போவதாக திமுகவினர் அறிவித்துள்ளனர். அதனை காங்கிரஸ்காரர்கள் ஒருபோதும் அனுமதிக்க மாட்டார்கள் என்றார். ஆனால் அந்தக்

கருத்தை திமுக தலைமைக் கழகச் செயலாளர் ஆற்காடு வீராசாமி மறுத்தார்.

திமுக அறிவித்துள்ள இந்தித் திணிப்புக்கு எதிரான போராட்டங் களுக்கு தமிழ்நாட்டின் முக்கியக் கட்சிகள் கடுமையான எதிர்ப்பைப் பதிவுசெய்தன. இந்த எதிர்ப்பின் பின்னணியில் சில அரசியல் பார்வைகளும் தேர்தல் பார்வைகளும் இருந்ததை மறுப்பதற்கில்லை.

தங்களுடைய தனித்தன்மையைக் காட்டுவதும் மாநில அரசியல் பிரச்னையும்தான் திமுக நடத்தும் இந்தி எதிர்ப்புப் போராட்டத் துக்கு முக்கியக் காரணங்கள். இதை நாங்கள் வரவேற்கவில்லை. நாங்கள் இந்தித் திணிப்பைக் கண்டிப்பாக எதிர்க்கிறோம். அதேசமயத்தில், மாநில மொழிகள் எல்லாவற்றுக்கும் முக்கியத்துவம் கொடுத்தால், இந்தியைத் தொடர்புமொழியாக ஏற்றுக்கொள்வோம். இதில் நாங்கள் கறாராக இருக்கிறோம் என்றார் இந்திய கம்யூனிஸ்ட் கட்சியின் மாநில செயலாளர் ப. மாணிக்கம்.

இந்தி மொழித் திணிப்பு என்ற பெயரில் இந்தியையே எதிர்ப் பதை நாங்கள் ஆதரிக்கவில்லை. இந்தி மொழியும் அதைப் பேசுபவர்களும் கேவலமானவர்கள் என்று சொன்னால் நாங்கள் அதை ஆதரிக்க மாட்டோம். இந்தித்திணிப்பு என்ற பெயரில் ஒரு பிரிவினைவாதத்தை வளர்க்கிறார் கருணாநிதி. அதை நாங்கள் கண்டிக்கிறோம் என்றார் மார்க்சிஸ்ட் கம்யூனிஸ்ட் தலைவர் பி.ஆர். பரமேஸ்வரன்.

அரசியல் சுயலாபத்துக்காகவும் சுயவிளம்பரத்துக்காகவும் ஒருவேலையும் இல்லாமல் இருக்கின்ற திமுக தொண்டர் களுக்கு வேலை தருவதற்காகவும் இந்திப் பிரச்னையைப் பயன்படுத்துகிறார் கருணாநிதி என்று விமரிசித்தார் அதிமுக அமைச்சர் எஸ். திருநாவுக்கரசு.

என்றாலும், திட்டமிட்டபடி 17 நவம்பர் 1986 அன்று அரசியல் சட்ட நகல் எரிப்புப் போராட்டம் தொடங்கியது. அந்தப் போராட்டத்தில் திமுகவினர் பலரும் ஈடுபட்டுக் கைதாகினர். அவர்களில் பேராசிரியர் க.அன்பழகன் உள்ளிட்ட ஏழு திமுக சட்டமன்ற உறுப்பினர்களும் அடக்கம். முக்கியமாக, மாநிலங்

களவை உறுப்பினர் வை. கோபால்சாமியும் போராட்டத்தில் ஈடுபட்டுக் கைதானார்.

சட்ட நகல் எரிப்புப் போராட்டம் தொடர்பாகத் தமிழ்நாடு சட்டமன்றத்தில் பிரச்னை எழுப்பினார் திருமங்கலம் தொகுதி இந்திரா காங்கிரஸ் உறுப்பினர் என்.எஸ்.வி. சித்தன். இந்தி எதிர்ப்புப் போரில் சிறைசென்றுள்ள ஏழு திமுக எம்.எல்.ஏக்களும் - எந்த அரசியல் சட்டத்தின்மீது விசுவாசப் பிரமாணம் எடுத்துக் கொண்டார்களோ - அந்த அரசியல் சட்டத்தையே அவமதித்து விட்டார்களே - அவர்கள் தொடர்ந்து பதவியில் நீடிக்கமுடியுமா என்பதுதான் என்.எஸ்.வி. சித்தன் எழுப்பிய கேள்வி. அதற்கு பதிலளித்த அவை முன்னவரும் அமைச்சருமான நாவலர் நெடுஞ்செழியன், 'அவர்கள் மீதான வழக்குகளில் தீர்ப்பு வெளி யான பிறகு அதன் அடிப்படையில் யோசிக்கலாம்' என்றார்.

இரண்டு தினங்கள் கழித்து மீண்டும் அதே கேள்வியை எழுப்பி னார் என்.எஸ்.வி.சித்தன். அப்போது சபாநாயகர் பி.ஹெச். பாண்டியன் அதிரடியான தீர்ப்பு ஒன்றை வழங்கினார். சட்ட நகல் எரிப்புப் போராட்டத்தில் ஈடுபட்ட சட்டமன்ற உறுப்பினர் களான க. அன்பழகன், பொன்னுரங்கம், அ. செல்வராசன், சு. பாலன், இரா. சின்னச்சாமி, பரிதி இளம்வழுதி, கோவை மு. ராமநாதன் ஆகிய ஏழு பேரும் பதவி வகிக்கும் தகுதியை இழந்துவிட்டார்கள் என்பதுதான் சபாநாயகரின் தீர்ப்பு. அந்தத் தீர்ப்பை ஆளுநருக்கும் தேர்தல் ஆணையத்துக்கும் அனுப்ப இருப்பதாகவும் அறிவித்தார்.

பதவி நீக்க அறிவிப்பு திமுகவை மட்டுமல்ல, அனைத்து அரசியல் கட்சிகளையும் அதிர்ச்சியில் ஆழ்த்தியது. இந்தப் பிரச்னையை சட்டமன்றத்தில் எழுப்பிய என்.எஸ்.வி. சித்தனே அதிர்ச்சியடைந்தார். நான் ஏழு எம்.எல்.ஏக்களின் பதவியைப் பறிக்கவேண்டும் என்ற கருத்தில் அந்தக் கேள்வியைக் கேட்க வில்லை. சட்ட நிலைமை என்ன என்பதைத் தெரிந்துகொள்ளும் ஆர்வத்தில்தான் கேட்டேன். இப்போதும்கூட எனது கட்சி மேலிடம் கட்டளையிட்டால் - அடுத்த சட்டசபைக் கூட்டத் திலேயே 'ஏழு எம்.எல்.ஏ பதவியைப் பறித்ததைக்' கண்டித்துப் பேசவும் தயாராக இருக்கிறேன் என்றார்.

பதவிப் பறிப்பைக் கண்டித்து திமுகவினர் போராட்டத்தில் ஈடுபட்டனர். அரசியல் சட்ட நகலை சட்டமன்ற உறுப்பினர்

எரிப்பது தவறு என்றால் நாடாளுமன்ற உறுப்பினர் எரிப்பதும் தவறுதானே.. அப்படி என்றால் ஏன் சட்ட நகல் எரிப்புப் போராட்டத்தில் ஈடுபட்ட மாநிலங்களவை உறுப்பினர் வை. கோபால்சாமி மீது இந்திய நாடாளுமன்றம் நடவடிக்கை எடுக்கவில்லை? காரணம், அது அடையாளப் போராட்டம் என்பதை இந்திய நாடாளுமன்றம் புரிந்துவைத்துள்ளது. அது புரியாததால்தான் திமுக சட்டமன்ற உறுப்பினர்கள் மீது தமிழ்நாடு சட்டமன்றம் நடவடிக்கை எடுத்துள்ளது என்றது திமுக.

அப்போது அந்தப் போராட்டத்தின் வேகத்தை அதிகரிக்கச் செய்யும் வகையில் அடுத்த அதிரடி அரங்கேறியது. சட்ட நகல் எரிப்புப் போராட்டத்தில் ஈடுபட்ட பத்து திமுக எம்.எல்.ஏக் களைத் தகுதி நீக்கம் செய்யும் தீர்மானத்தை சட்டமன்றத்தில் கொண்டுவந்தார் அவை முன்னவர் நெடுஞ்செழியன். தீர்மானம் நிறைவேறியது. ஏற்கெனவே பதவி நீக்கம் செய்யப்பட்ட ஏழு பேரோடு ஆப்ரகாம், மதுராந்தகம் ஆறுமுகம், வி.கே. ராசு ஆகிய மூன்று திமுக எம்.எல்.ஏக்களும் பதவியிழந்தனர்.

சபாநாயகரின் தீர்ப்புக்கு பலத்த எதிர்க்குரல்கள் எழுந்தன. இத்தகையை தீர்ப்பை வழங்குவதற்கு அரசியல் சட்டத்திலோ, வேறு எந்த விதிகளிலோ சபாநாயகருக்கு அதிகாரம் வழங்கப் படவில்லை என்றார் முன்னாள் சபாநாயகர் செல்லபாண்டியன். சபாநாயகரின் முடிவு சட்டப்பூர்வமானது அல்ல; அவைத் தலைவரின் முடிவை எதிர்த்து தேர்தல் ஆணையத்திடம் முறை யிடவோ, நீதிமன்றத்தில் வழக்கு தொடரவோ முடியும் என்றார் பிரபல சட்ட நிபுணர் பல்கிவாலா.

திமுகவினர் வெறும் காகிதத்துக்கு மட்டும்தான் நெருப்பிட்டுக் கொளுத்தினர். ஆனால் அவைத்தலைவர் சட்டசபையையே கொளுத்திவிட்டார். அவைத்தலைவரின் இந்தச் செயல் ஜன நாயகப் படுகொலை என்பதை காட்டுகிறது என்றார் இந்திய கம்யூனிஸ்ட் கட்சியின் மூத்த தலைவர் எம். கல்யாண சுந்தரம். சபாநாயகர் பி.ஹெச். பாண்டியன் ராஜினாமா செய்ய வேண்டும் அல்லது சட்டவிரோதமான தீர்ப்பு வழங்கிய அவரைப் பதவியில் இருந்து விலக்கியாகவேண்டும் என்றார் மார்க்சிஸ்ட் கம்யூனிஸ்ட் கட்சியின் மாநில செயலாளர் நல்லசிவன்.

பதவிப்பறிப்புக்கு எதிரான போராட்டங்கள் ஒருபக்கம் நடந்து கொண்டிருந்தபோதும் இந்தித் திணிப்புக்கு எதிரான போராட்டம் தொடர்ச்சியாக நடந்தது. 9 டிசம்பர் 1986 அன்று சென்னை வள்ளுவர் கோட்டத்துக்கு அருகே சட்ட நகல் எரிப்புப் போராட்டத்தில் கலந்துகொண்டார் திமுக தலைவர் கருணாநிதி. அப்போது கருணாநிதியைக் கைது செய்யக்கூடும் என்ற செய்தி பரவத்தொடங்கியது. அப்போது திராவிடர் கழகப் பொதுச் செயலாளர் கி.வீரமணி எச்சரிக்கை ஒன்றை வெளியிட்டார்.

'1967ல் ஏற்பட்ட தோல்விக்குப் பின்னர் காங்கிரஸ் கட்சி தமிழ்நாட்டில் தலைதூக்கவே முடியாததன் காரணம் இந்தித் திணிப்புதான் என்பதை மறந்துவிடக்கூடாது. இப்போராட்டத் தில் கலைஞரைக் கைது செய்தால், அடுத்து நடக்கப்போவது போராட்டமாக இருக்காது, தனித்தமிழ்நாடு பிரகடனமாகத்தான் இருக்கும்.'

என்றாலும், கருணாநிதி கைது செய்யப்பட்டார். அவரை விடுதலை செய்யக்கோரி மறியல் போராட்டத்தில் ஈடுபட்டனர் திமுகவினர். பேருந்துகள் எரிக்கப்பட்டன. கருணாநிதியின் விடுதலையை வலியுறுத்தி ஆங்காங்கே தீக்குளிப்புகளும் தற்கொலைகளும் நடந்தன.

எனினும், வழக்கின் முடிவில் கருணாநிதிக்கு பத்துவார காலக் கடுங்காவல் சிறைத்தண்டனை விதிக்கப்பட்டது. சிறைக்கு அழைத்துச் செல்லப்பட்ட கருணாநிதிக்கு சிறையில் அணி கின்ற உடைகள் தரப்பட்டன. இந்தச் செய்தி வெளியானதும் திராவிடர் கழகப் பொதுச்செயலாளர் கி.வீரமணியும் பழ. நெடுமாறனும் கண்டன அறிக்கை வெளியிட்டனர். அரசியல் கைதிக்கு உரிய மரியாதை அளிப்பதுதான் சரியான செயல் என்று வற்புறுத்தினர்.

மொழிப்போரில் ஈடுபட்டு சிறையில் அடைக்கப்பட்டிருந்த கருணாநிதிக்கு மேற்கு மாம்பலத்தைச் சேர்ந்த கவிஞர் நித்யா செல்வராஜ் என்பவர் கடிதம் ஒன்றை எழுதினார். அதில் மொழிப்பிரச்னையைத் தீர்க்க வேண்டிய பொறுப்பு மைய அரசுடையது. அப்படியிருக்க, தாங்கள் ஏன் சட்ட எரிப்புப் போராட்டத்தை டெல்லியில் நடத்தவில்லை? என்று கேள்வி எழுப்பியிருந்தார் அந்தக் கவிஞர்.

அந்தக் கேள்விக்கு, 'ஆங்கிலேய ஏகாதிபத்தியத்தை எதிர்த்து இந்தியாவில்தான் போராட்டம் நடந்தது. இங்கிலாந்துக்குப் போய் யாரும் போராடவில்லை. ஒரு ஆதிக்கத்தால் பாதிக்கப் படுகிற மக்கள் தங்கள் பகுதியில் போராடுவதே வரலாறு' என்று பதில் கடிதம் எழுதினார் கருணாநிதி.

பிப்ரவரி 1987 அன்று கருணாநிதி விடுதலை செய்யப்பட்டார். நேருவின் உறுதிமொழி காப்பாற்றப்படும் என்று மத்திய அரசு வாக்குறுதி கொடுத்ததால் 144 நாள்களுக்கு நடந்த இந்தித் திணிப்புக்கு எதிரான போராட்டம் மெல்ல மெல்ல முடிவுக்கு வந்தது.

ஏழாம் கட்டம்

வானொலி வழியே இந்தி

இந்தித் திணிப்பு என்பது இந்திய ஆட்சியாளர்களின் உள்ளத்தில் அழுத்தமாகப் பதிந்துகிடக்கும் அம்சம். அது எப்போது வேண்டுமானலும் வெளிப்படும். 1991 ஆம் ஆண்டு பி.வி. நரசிம்மராவ் தலைமையில் அமைந்த காங்கிரஸ் அரசுக்கும் அந்த எண்ணம் இருந்தது. அந்த வகையில் 1993 ஜனவரி மாதம் ஊடகங்களின் வழியே வெளிப்பட்டது. அப்போது சென்னைத் தொலைக்காட்சியில் தமிழில் ஒளிபரப்பாகும் நிகழ்ச்சிகளுக் கான கால அளவு திடீரென குறைக்கப்பட்டது. மாறாக, இந்தி நிகழ்ச்சிகளுக்கான கால அளவு உயர்த்தப்பட்டது.

மத்திய அரசின் இந்த முடிவுக்கு தமிழ்நாட்டு கட்சிகளான திராவிடர் கழகம், திமுக, பாமக உள்ளிட்ட கட்சிகள் எதிர்ப்பு தெரிவித்தன. 26 ஜனவரி 1993 அன்று சென்னை தொலைக்காட்சி நிலையம் முன்னால் மு.க.ஸ்டாலின், ஆற்காடு வீராசாமி உள்ளிட்ட திமுகவினர் ஆர்ப்பாட்டங்களில் ஈடுபட்டனர். சென்னையில் மட்டுமல்லாமல், கொடைக்கானல், உதக மண்டலம், நெய்வேலி உள்ளிட்ட ஊர்களில் இருக்கும் தொலைக்காட்சி நிலையங்களுக்கு முன்னாலும் ஆர்ப்பாட்டங் கள் ந! ந்தன.

இந்தியைத் திணிக்கும் மத்திய அரசின் அணுகுமுறையைக் கண்டிக்கும் வகையில் பிரசாரப் பொதுக் கூட்டங்களில் தொலைக்காட்சிப் பெட்டிகள் உடைக்கப்பட்டன. அந்தப் போராட்டங்களில் திக, திமுக, பாமக உள்ளிட்ட கட்சிகள் ஈடு பட்டன. தொலைக்காட்சி நிகழ்ச்சிகளில் இந்தி ஆதிக்கத்தைத்

தடுத்து நிறுத்தாவிட்டால் தொடர் போராட்டங்கள் நடத்தப்படும் என்றார் திமுக தலைவர் கருணாநிதி.

தொலைக்காட்சியில் இந்தித் திணிப்பு விவகாரத்தில் எதிர்க் கட்சிகள் தீவிரம் காட்டியதைத் தொடர்ந்து ஜெயலலிதா தலைமையிலான அதிமுக அரசும் களத்தில் இறங்கியது. தமிழ் நிகழ்ச்சிகளின் கால அளவு குறைக்கப்பட்டதைக் கண்டித்தும் மீண்டும் பழைய நிலையே தொடரவேண்டும் என்று வலியுறுத்தியும் 9 பிப்ரவரி 1993 அன்று தமிழ்நாடு சட்டமன்றத்தில் தீர்மானம் நிறைவேற்றப்பட்டது.

பின்னர் இதுகுறித்த கடிதம் ஒன்றையும் பிரதமர் நரசிம்மராவுக்கு எழுதினார் தமிழக முதலமைச்சர் ஜெயலலிதா. அதற்கு பதிலளித்த பிரதமர், 'தமிழ் நிகழ்ச்சிகள் தொடர்பாக விசாரித்து நடவடிக்கை எடுக்கப்படும். ஆட்சிமொழி விஷயத்தில் நேரு கொடுத்த வாக்குறுதியை என்னுடைய அரசும் பின்பற்றும்' என்று கூறினார்.

தொலைக்காட்சி விவகாரம் முடிவுக்கு வந்ததைத் தொடர்ந்து வானொலி விவகாரம் வெளியே வந்தது. அனைத்திந்திய வானொலியில் வேலைக்குச் சேர விரும்புவோர் இந்தி மொழி தெரிந்தவர்களாக மட்டுமே இருக்கவேண்டும் என்ற அறிவிப்பை 1993 ஆம் ஆண்டு தொடக்கத்தில் வெளியிட்டது மத்திய அரசு.

எந்த வழிகளில் எல்லாம் இந்தியைத் திணிக்கவும் கட்டாயப்படுத்தவும் முடியும் என்று பார்த்துப் பார்த்து முடிவுகளை அறிவிக்கும் மத்திய அரசின் இத்தகைய அணுகுமுறைக்கு தமிழ் நாட்டில் எதிர்ப்பு கிளம்பியது.

இவை மாத்திரமல்ல, இந்திய ஆயுள் காப்பீட்டு நிறுவனம் புதிதாகக் கொண்டுவந்திருக்கும் திட்டங்களின் பெயர்களும் இந்தியிலேயே வைக்கப்பட்டன. இந்தி பேசாத மக்களுக்கும் பொருந்தக்கூடிய அந்தத் திட்டங்களுக்கு ஜீவன் மித்ரா, ஜீவன் சாத்தி, ஜீவன் கிஷோர் என்றெல்லாம் பெயர்கள் சூட்டப்பட்டன. இப்படிப் பெயர் சூட்டுவதன்மூலம் இந்தியாவில் இந்தி மட்டுமே முதன்மை மொழி, மற்றவை இரண்டாம் தர மொழிகளே என்று மத்திய அரசு வலியுறுத்துகிறது என்று குற்றம்சாட்டினர் தமிழக அரசியல் கட்சிகள்.

ரயில் நிலையங்கள், அஞ்சலகங்கள் உள்ளிட்ட மத்திய அரசு அலுவலகங்களில் எழுதப்பட்டிருக்கும் இந்தி எழுத்துகளைத்

தார்பூசி அழிக்கும் போராட்டத்தை தி.கவினர் தொடங்கினர். திடீரென ஒருநாள் சென்னை தியாகராய நகர் இந்தி பிரசார சபாவில் குண்டுவெடிப்பு நடந்தது. அந்தக் கட்டடம் சேதமடைந்தது. அங்கிருந்த இந்தி புத்தகங்கள் எரிந்துபோயின. இந்தித் திணிப்பு விஷயம் இந்திய நாடாளுமன்றத்திலும் எழுப்பப்பட்டது. வானொலி, தொலைக்காட்சிகளில் நடத்தப் படும் இந்தித் திணிப்பு நடவடிக்கைகளைத் திரும்பப்பெற வேண்டும் என்று பேசினார் திமுக மாநிலங்களவை உறுப்பினர் முரசொலி மாறன்.

மத்திய அரசுக்குச் சொந்தமான அஞ்சல்துறை, ரயில்வே துறை, ஆயுள் காப்பீட்டுத்துறை, நிதித்துறை உள்ளிட்ட துறைகளுக் கான அலுவலகங்களில் இயன்றவரைக்கும் ஆங்கிலத்தை அகற்றிவிட்டு, அந்த இடங்களில் இந்தியைக் கொண்டுவரு வதற்கு முயற்சிகள் நடந்துவருவதால் அந்த அலுவலகங்களுக்கு முன்னால் இந்தி எழுத்துகளை அழிக்கும் போராட்டங்கள் தொடர்ந்து நடத்தப்படும் என்று அறிவித்தது திமுக தலைமை.

சென்னையில் உள்ள தலைமைக் கணக்காயர் அலுவலகம், சென்னை தலைமை அஞ்சலகம் என்று தமிழகத்தில் உள்ள அனைத்து ஊர்களிலும் இருக்கும் மத்திய அரசு அலுவலகங் களுக்கு முன்னால் இந்தி எழுத்துகளை அழிக்கும் போராட்டங் கள் நடத்தப்பட்டன. அடுத்ததாக, 20 ஏப்ரல் 1993 அன்று ரயில் நிறுத்தப் போராட்டத்துக்கு திமுக அழைப்பு விடுத்தது. அதனைத் தொடர்ந்து அன்றைய தினம் தமிழ்நாட்டில் ரயில்களே இயக்கப் படாது என்று அறிவித்தது மத்திய அரசு. என்றாலும், இந்தித் திணிப்பு நடவடிக்கைகளை மத்திய அரசு நிறுத்தும் வரையில் போராட்டங்கள் தொடரும் என்றார் திமுக தலைவர் கருணாநிதி.

இந்தித் திணிப்புகளை எதிர்த்து நடத்தப்படும் போராட்டங் களைத் தடுப்பதிலும் எதிர்கொள்வதிலும் காட்டிய ஆர்வத்தை இந்தித் திணிப்பைக் கட்டுப்படுத்துவதில் மத்திய அரசு காட்டவில்லை என்பதுதான் உண்மை. மத்திய அரசின் இந்தித் திணிப்பு முயற்சிகள் அவ்வபோது தொடர்கின்றன. ஆகவே, அதற்கு எதிரான போராட்டங்களும் தொடர்கின்றன!

அவதூறுகள் / சர்ச்சைகள்

டி.என். சேஷன் கிளப்பிய அவதூறு

1

இந்திய அரசின் இந்தித் திணிப்பு முயற்சிகள் எப்படி சீரான இடைவெளியில் நடந்துகொண்டே இருக்கின்றனவோ, அப்படியே இந்தித் திணிப்புக்கு எதிரான போராட்டங்கள் குறித்த விமரிசனங்களும் கேலிகளும் சர்ச்சைகளும் அவதூறுகளும் அவ்வப்போது வந்துகொண்டே இருக்கின்றன. அந்த வகையில் டி.என். சேஷன் கிளப்பிய அவதூறு முக்கியமானது.

இந்தித் திணிப்புக்கு எதிரான போராட்டங்கள் 1938 முதலே தொடங்கிவிட்டன என்றாலும் 1965ல் நடந்த போராட்டம் சர்வதேச கவனத்தை ஈர்த்தது. மத்திய அரசின் இந்தி ஆதிக்கத் துக்குத் தடுப்புச்சுவர் எழுப்பும் வகையில் நடந்த அந்தப் போராட்டங்கள் குறித்து இந்தியாவின் தலைமைத் தேர்தல் ஆணையராக இருந்த டி.என். சேஷன் குறித்த புத்தகம் ஒன்றில் அவதூறாக எழுதப்பட்டுள்ளது என்று 1994 அக்டோபர் மாதம் பத்திரிகைகளில் செய்திகள் வெளியாகின.

புத்தகத்தின் பெயர், Seshan – An Intimate Story. தமிழில், சேஷன் : ஒரு உள்ளார்ந்த கதை. கே. கோவிந்தன் குட்டி என்பவர் சேஷனின் வாழ்க்கையில் நடந்த சம்பவங்கள் பற்றி அவரிடமே பேட்டி கண்டு எழுதிய புத்தகம். கொனார்க் பப்ளிஷர்ஸ் வெளி யிட்ட அந்தப் புத்தகத்தில் 1965 இந்தி எதிர்ப்புப் போராட்டங்கள் குறித்தும் அண்ணா குறித்தும் அவதூறான செய்திகள் இடம் பெற்றிருப்பதாக செய்திகள் வெளியாகின.

உடனடியாக அந்தப் புத்தகத்துக்கும் கருத்துகளுக்கும் பலத்த எதிர்ப்பு கிளம்பியது. திமுக, அதிமுக, மக்கள் நலவுரிமைக்

கழகம், மதிமுக ஆகிய கட்சிகள் அந்தக் கருத்துகளுக்குக் கடுமை யாக எதிர்ப்பு தெரிவித்தன. தவறான கருத்துகள் இடம் பெற்றுள்ள சேஷனின் புத்தகம் வெளியாகக்கூடாது. ஒருவேளை புத்தகம் வெளியாகும் பட்சத்தில் அந்தநாள் தமிழர்களின் கறுப்பு நாள் என்றது திமுக. அண்ணாவின் எதிரிகள்கூட அவரைப்பற்றி இதுபோன்ற அவதூறுகளைக் கூறியதில்லை என்று சொன்ன இரா. செழியன், தனது நூலின் பரபரப்பான விளம்பரத்துக்காக இத்தகைய அவதூறைச் சொல்வது சேஷனின் பதவிக்கு அழகல்ல என்றார்.

அண்ணா பற்றிய அவதூறான கருத்துகளை சேஷன் திரும்பப் பெறவேண்டும் என்றார் மக்கள் நலவுரிமைக் கழகத் தலைவர் பண்ருட்டி எஸ். ராமச்சந்திரன். சேஷனின் அவதூறை முறி யடிக்க அனைத்து திராவிட இயக்கங்களும் ஒருங்கிணைந்து போராட வேண்டும் என்று வலியுறுத்தியது மதிமுக. தமிழ் நாட்டில் உணர்ச்சிக்கொந்தளிப்பை ஏற்படுத்திய அந்தப் பகுதியை இன்றைய தலைமுறையினர் தெரிந்துகொள்ள வேண்டும் என்பதற்காக மட்டும் இங்கே வெளியிடுகிறோம்.

'...இந்தி எதிர்ப்புப் போராட்டங்களின் பின்னணியில் வெளி நாட்டுக் கரங்கள் இருந்தன என்பது தெளிவான ஒன்று.. சில திராவிடத் தலைவர்கள் இலங்கை வழியே கிடைக்கப்பெற்ற அமெரிக்க நிதியுதவியால் தாக்கம் பெற்று, தங்களை அறியாம லேயே, சில சீர்குலைவுச் சக்திகளுக்குத் துணை போனார்கள். தாம் அமெரிக்கா உளவுத்துறையின் கைப்பாவையாக மாறு கிறோம் என்பதே அண்ணாவுக்குத் தெரியாமல் இருந்திருக் கலாம். வேறு சில தலைவர்கள் தங்களுக்குத் தெரிந்தோ, தெரியாமலோ, சிஐஏ ஏஜெண்டுகளாகவே மாறினார்கள்...'

சேஷனின் கருத்துகளுக்கு அரசியல் கட்சிகள் எதிர்ப்புக்குரல் களை மட்டும் வெளியிட்டுக் கொண்டிருந்த சமயத்தில் 16 அக்டோபர் 1994 அன்று முன்னாள் ஐ.ஏ.எஸ் அதிகாரி பி.எஸ். ராகவனிடம் இருந்து தீர்க்கமான மறுப்பறிக்கை ஒன்று இந்து நாளிதழில் வெளியானது. அந்த அறிக்கையில் தன்னைப் பற்றி, தன்னுடைய கடந்தகாலப் பணிகள் பற்றி, மொழிப்போர் நடந்த சமயத்தில் டி.என்.சேஷன் வகித்த பதவி, அதற்குரிய அதிகார எல்லைகள் ஆகியன குறித்தும் விரிவாக எழுதியிருந்தார் பி.எஸ். ராகவன். மேலும், மொழிப்போராட்டத்தில் சிஐஏவின் பங் களிப்பையும் தகுந்த சாட்சியங்களோடு அவர் நிராகரித்திருந்தார்.

மத்திய அரசின் உள்துறை அமைச்சகத்தில் 1961 முதல் 1970 வரை அரசியல் துறையில் மூத்த அதிகாரியாக இருந்து, அரசியல் மற்றும் பாதுகாப்பு தொடர்பான அனைத்து புலனாய்வு விவகாரங்களையும் கவனித்து வந்தவர் பி.எஸ். ராகவன். இவர் பணியாற்றிய அந்தக் காலகட்டத்தில்தான் 1965ல் தமிழ்நாட்டில் மொழிப்போராட்டம் நடந்தது. மேலும், இவர் மத்திய அரசின் கூட்டுப் புலனாய்வுக் குழுவில் உறுப்பினராக இருந்தவர். மொழிப் போராட்டம் தொடர்பான கோப்புகள், நிகழ்ச்சிகள் அனைத்தையும் உன்னிப்பாகக் கவனித்துவருவதுதான் இவருடைய பிரதான பணி. குறிப்பாக, இந்தியாவில் அயல்நாட்டு உளவுத்துறையின் நடவடிக்கைகளைக் கவனிப்பது.

மத்திய அரசின் அறியாமையாலும் இந்தி பேசாத மக்களின் உணர்வுகளைப் புரிந்துகொள்ளாத தன்மையாலும் இந்தித் திணிப்புக்கு எதிரான போராட்டம் தானாகவே வெடித்தது என்றும் அண்ணாவை நேரடியாகவும் பல்வேறு அறிக்கைகள் வாயிலாகவும் அறிந்துள்ள நான், அவர் சிஐஏ அல்லது வேறு அயல்நாட்டு உளவு நிறுவனத்தின் கைப்பாவையாக இருந்தார் என்ற அவதூறை மறுக்கிறேன் என்றார் பி.எஸ். ராகவன். அவருடைய அறிக்கையில் இருந்து இரண்டு முக்கியப் பகுதிகள் மட்டும் இங்கே.

'ஒரு கலெக்டருக்குப் புலனாய்வு நிறுவனத்தின் எந்தத் தகவலும், எந்த விதத்திலும் தெரிந்திருக்க வாய்ப்பில்லை. தெரியவேண்டிய தேவை எழுந்தால்கூட, முக்கியமான தகவல் மட்டுமே அவருக்குச் சொல்லப்படும். தகவல் சேகரிப்பதில் பல ஆண்டுகள் அனுபவம் வாய்ந்த மத்திய உளவுத்துறைக்குத் தெரியாதது மதுரை கலெக்டருக்குத் தெரிந்திருக்க முடியாது.'

'இந்தி எதிர்ப்புப் போராட்டம் நடந்த நேரத்தில் கண்காணிப்பை அதிகரித்திருந்தோம். போராட்டத்தின் போது நடந்த சம்பவங்கள் அனைத்தையும் ஒவ்வொரு மணி நேரத்தில் நடந்தது குறித்தும், ஒவ்வொரு தினத்தில் நடந்தவை குறித்தும் கேட்டுத் தெரிந்துகொண்டவன் நான். எனக்குக் கிடைத்த அதிகாரப்பூர்வத் தகவல்களின் அடிப்படையில் அண்ணாதுரை அப்படிப்பட்ட இழிசெயல்களில் இறங்கவில்லை என்று என்னால் முழு மனத்துடன் சொல்லமுடியும்.'

பி.எஸ். ராகவனின் மறுப்புரை வெளியானதைத் தொடர்ந்து புத்தகத்துக்குத் தடைகோரி வழக்கு தொடர்ந்தார் திமுக தலைவர்

கருணாநிதி. மேலும், அண்ணாவின் துணைவியார் ராணி அண்ணாதுரை, இரா. செழியன் ஆகியோர் சார்பிலும் புத்தகத் துக்கு எதிராக வழக்குகள் தொடரப்பட்டன. விளைவு, புத்தகத் துக்கு இடைக்காலத் தடை விதிக்கப்பட்டது. அதனைத் தொடர்ந்து டி.என். சேஷனிடம் இருந்து தன்னிலை விளக்க அறிக்கை ஒன்று வெளியானது.

'அண்ணாவைப் பற்றி நான் அவதூறாக நூலில் எழுதியிருப்ப தாகத் தமிழ்நாட்டு மக்களும் என்மீது அன்பு கொண்டவர்களும் அதிருப்திப்பட்டுள்ளது கண்டு வேதனைப்படுகிறேன். வருத்தப் படுகிறேன்... அண்ணாவைத் தரக்குறைவாக நான் எப்போதும் எண்ண மாட்டேன்; பேசமாட்டேன். அண்ணாவைப் பற்றி அப்படி எல்லாம் சொன்னார்கள் என்றுள்ள பகுதி நூலிலேயே இருக்காது' என்று அந்த அறிக்கையில் கூறியிருந்தார் சேஷன். அதன்படியே அண்ணாவைப் பற்றிய அவதூறுச்செய்திகள் இடம்பெற்ற பகுதியை நீக்கிவிட்டு, புதிதாக புத்தகங்கள் அச்சிடப்பட்டுள்ளதாக புத்தகத்தின் பதிப்பாளர் அறிவித்தார்.

கேலிச்சித்திரம் கிளப்பிய சர்ச்சை

2

தேசிய கல்வி ஆராய்ச்சி மற்றும் பயிற்சிக் கழகம் (NCERT)என்ற மத்திய அரசு நிறுவனம்தான் மத்திய அரசின் சிபிஎஸ்ஈ பாடத் திட்டத்துக்கான புத்தகங்களைத் தயாரித்துக் கொடுக்கிறது. 2012ஆம் ஆண்டு அந்த நிறுவனம் தயாரித்த பன்னிரண்டாம் வகுப்புக்கான அரசியல் அறிவியல் பாடப்புத்தகத்தில் தென் னிந்தியாவில் நடைபெற்ற இந்தித் திணிப்புக்கு எதிரான போராட்டங்கள் பற்றிய பாடத்தை வைத்துள்ளது. கூடவே, ஒரு கேலிச்சித்திரமும் அந்தப் பாடத்தில் இடம்பெற்றுள்து.

1965 ஆம் ஆண்டு தென்னிந்தியாவில் மொழிப்போர் நடந்து கொண்டிருந்த சமயத்தில் ஆர்.கே. லட்சுமணன் வரைந்த கேலிச் சித்திரம் ஒன்று டைம்ஸ் ஆஃப் இந்தியா பத்திரிகையில் வெளி யானது. அப்போது இந்தி பேசாத மக்கள் விரும்பும்வரை இந்தி யுடன் ஆங்கிலமும் இந்தியாவின் இணை ஆட்சிமொழியாகத் தொடரும் என்று மத்திய அரசு வாக்குறுதி கொடுத்தது. ஆனால் அதன்பிறகும் போராட்டம் தொடர்ந்தது. அதைத்தான் அந்தக் கேலிச்சித்திரம் கேலி செய்தது. அதன் உள்ளடக்கம் இதுதான்.

இந்தித் திணிப்புக்கு எதிராகப் போராட்டம் நடத்திய மாணவர் களைப் பார்த்து, ‘இந்தி இல்லை; ஆங்கிலம் நீடிக்கும்; இந்தியைப் படிப்பது கட்டாயமல்ல’ என்று உறுதிமொழி தரு கிறார் முதலமைச்சர் பக்தவத்சலம். இந்தி ஒருபோதும் வேண் டாம்; ஆங்கிலம் எப்போதும் வேண்டும் என்கிறார் சுதந்தரா கட்சியின் தலைவர் ராஜாஜி. ஆங்கிலத்தில் எழுதியிருக்கும் அந்த வாக்குறுதிகளை அந்தத் தமிழ் மாணவன் கேள்விக்குறியோடு பார்த்துக் கொண்டிருக்கிறான். அறுபதுகளில் வெளியான இந்தச்

சித்திரத்தை இப்போது பாடபுத்தகத்தில் பயன்படுத்தியதுதான் பிரச்னையைக் கிளப்பியது.

மேலெழுந்த வாரியாகப் பார்த்தால் இந்தக் கேலிச் சித்திரத்தில் எந்த சர்ச்சையும் இல்லை. ஆனால் உள்ளடக்கத்தில் பல விஷயங்கள் உள்ளன. உதாரணமாக, போராட்டத்தில் ஈடுபடும் மாணவனின் முதுகில், 'மாணவர் போராட்டம்' என்று எழுதப் பட்டுள்ளது. மேலும், மாணவன் தனது வலது கையால் கற்களை யும் ஆயுதங்களையும் எடுப்பதற்காகக் குனிவது போலவும் இடது கையில் வெடிகுண்டு வைத்திருப்பது போலவும் சித்திரிக்கப்பட்டிருந்தது. இதன்மூலம், மாணவர்கள் நடத்தியது வெறும் இந்தித் திணிப்புக்கு எதிரான போராட்டம் அல்ல; வன் முறைப் போராட்டம்; ஆபத்தான ஆயுதங்கள் தாங்கி நடத்திய போராட்டம் என்பதுதான் அந்தக் கேலிச்சித்திரம் சொன்ன செய்தி.

தவறான புரிதலுடனும் உள்நோக்கத்துடனும் வரையப்பட்ட அந்தக் கேலிச்சித்திரத்தை இன்றைய இளைய தலைமுறைக்குக் கொண்டுசெல்வது நம்முடைய போராட்டம் பற்றிய தவறான கண்ணோட்டத்தை உருவாக்கும் என்று தமிழ்நாட்டில் உள்ள அரசியல் கட்சிகள், மொழி உணர்வாளர்கள் கருத்து தெரிவித் தனர். அந்தக் கேலிச் சித்திரத்தை உன்னிப்பாகக் கவனித்தபோது மேலும் சில செய்திகள் தென்பட்டன.

உதாரணமாக, இந்தித் திணிப்பை எதிர்க்கும் மாணவனைப் பார்த்து, 'அந்தப் பையனுக்கு ஆங்கிலத்தையும் (The Boy Can't Read English Either) படிக்கத் தெரியவில்லை' என்று முதல்வர் பக்தவத்சலம் கூறுவதாக அந்தச் சித்திரத்தில் கூறப்பட்டிருந்தது. இதன்மூலம் தமிழக மாணவர்கள் நடத்திய இந்தித் திணிப்புப் போராட்டத்தைக் கொச்சைப்படுத்தியிருந்தது அந்தக் கேலிச் சித்திரம். அதாவது, இந்தி மொழியைப் படிக்கத் தெரியாததன் காரணமாகவே இந்தியைத் தமிழ் மாணவர்கள் எதிர்த்துப் போராட்டம் நடத்தினர் என்றும் இந்தியை எதிர்த்த மாணவர் களுக்கு ஆங்கிலத்தையும் படிக்கத் தெரியவில்லை என்று சொன்னது அந்தக் கேலிச்சித்திரம்.

உடல் ஊனமாக இருப்பது தவறல்ல, குற்றமல்ல; ஆனால் அதையே கேலியாகக் குத்திக்காட்டினால் அது தவறு, எதிர்க்கப் பட வேண்டியது. அந்த வகையில் தமிழ் மாணவர்கள் இந்தியும்

ஆங்கிலமும் அறியாதவர்கள் என்றும் மாணவர்கள் நடத்திய போராட்டம் வன்முறைப் போராட்டம் என்றும் சொன்ன அந்தக் கேலிச் சித்திரத்துக்கு தமிழ்நாட்டில் எதிர்ப்பு எழுந்தது.

அந்தக் கேலிச்சித்திரத்தைப் பாடப்புத்தகத்தில் இருந்து நீக்க வேண்டும் என்று அதிமுக, திமுக, மதிமுக, திக உள்ளிட்ட கட்சிகளும் தமிழ் உணர்வாளர்களும் கோரிக்கை விடுத்தனர். மாணவர்கள் நடத்திய மொழிப்போரைக் கொச்சைப்படுத்தும் வகையில் இருக்கும் அந்தக் கேலிச்சித்திரத்தை உடனடியாக நீக்கவேண்டும் என்று மத்திய அரசை வலியுறுத்தினார் தமிழக முதலமைச்சர் ஜெயலலிதா. தமிழர்களின் மனத்தைப் புண் படுத்தும் வகையிலும் கொதிப்படையச் செய்யும் வகையிலும் அமைந்த அந்தக் கேலிச் சித்திரத்தை உடனடியாகப் பாடப் புத்தகத்திலிருந்து அகற்றவேண்டும் என்றார் திமுக தலைவர் கருணாநிதி. தொடர்ச்சியாக நடந்த போராட்டங்களுக்குப் பிறகு அந்தக் கேலிச்சித்திரத்தை அகற்றியது மத்திய அரசு.

ஆய்வுக்கு உதவிய நூல்கள்

1. தமிழன் தொடுத்த போர் - மா. இளஞ்செழியன் - வசந்தா பதிப்பகம்
2. இந்தி எதிர்ப்புப் போராட்டம்: சிக்கலும் தீர்வும் - கி.சு. கிருஷ்ணசாமி - சூர்யா பதிப்பகம்
3. என்று முடியும் இந்த மொழிப்போர்? - அ. இராமசாமி - பூம்புகார் பதிப்பகம்
4. தமிழ் மறுமலர்ச்சியும் திராவிடத் தேசியமும் - கு. நம்பி ஆரூரன் - ஆரூரன் பதிப்பகம்
5. இந்தி ஏகாதிபத்தியம் - ஆலடி அருணா - மதிவாணன் வெளியீடு
6. இந்தியாவின் மொழிச்சிக்கல் - எஸ். மோகன் குமார மங்கலம் - நியூ செஞ்சுரி புக் ஹவுஸ்
7. அண்ணாவின் மொழிக்கொள்கை - அ. இராமசாமி - பூம்புகார் பதிப்பகம்
8. இரத்தத்தில் ஐம்பது நாட்கள் - அ. இராமசாமி
9. தமிழ் ஆட்சி மொழி - துரை. சுந்தரேசன் - கமலவேணி பதிப்பகம்
10. நெஞ்சம் சுமக்கும் நினைவுகள் (இரண்டு பகுதிகள்) - ம. நடராசன் - தமிழ் அரசி நூலகம்

11. தமிழால் முடியும் - சி. சுப்பிரமணியம் - வள்ளுவர் பண்ணை
12. இந்திச் சிக்கலும் இறுதித் தீர்வும் - கு.ச. ஆனந்தன்
13. இந்தி எதிர்ப்பு வரலாறு - புலவர் த. அழகரசன்
14. இந்தி..யா? இந்தியாவா? - கே.எசு. ஆனந்தம்
15. திராவிட இயக்க வரலாறு (தொகுதி 1) - இரா. நெடுஞ் செழியன்

குறிப்பு

3

குறிப்பு